AF528081

ലോകം കഷ്ടപ്പാടുകൾ നിറഞ്ഞതാണെങ്കിലും,
ആ കഷ്ടപ്പാടുകൾ അതിജീവിക്കുന്നതിലും
ലോകം ശ്രദ്ധാലുവാണ്.

– ഹെലൻ കെല്ലർ

സുധർമ്മ രഘുനാഥ്

ആലപ്പുഴ ജില്ലയിൽ വള്ളികുന്നം പടിഞ്ഞാറേത്തയ്യിൽ കെ. നാണുവിന്റെയും ലക്ഷ്മിക്കുട്ടിയമ്മയുടെയും മകളായി ജനനം. വിദ്യാഭ്യാസമേഖലയിൽ പ്രവർത്തിക്കുന്നു. ഇപ്പോൾ, കായംകുളം ബി.ആർ.സി.യിൽ സ്പെഷ്യൽ എഡ്യുക്കേറ്റർ. 'സ്വാതന്ത്ര്യസമരത്തിലെ വനിതാരത്നങ്ങൾ', 'മാഡം ക്യൂറി' എന്നീ പുസ്തകങ്ങൾ പ്രസിദ്ധീകരിച്ചിട്ടുണ്ട്.

ഭർത്താവ്: വി. രഘുനാഥ്
മകൾ: ഭാഗ്യലക്ഷ്മി നാഥ്

വിലാസം:
തലയാറ്റ് കിഴക്കേച്ചിറയിൽ,
പട്ടോളി മാർക്കറ്റ് പി.ഒ, കായംകുളം 690531

സുധർമ്മ രഘുനാഥ്

ഹെലൻ കെല്ലർ

(ജീവചരിത്രം)

FEMINGO BOOKS

വില: 180 രൂപ

Helen Keller
By Sudharma Reghunadh
Malayalam Biography

Published by:-
FEMINGO BOOKS
femingobooks@gmail.com
Ph: 90740 98776, 8301034604

Cover Design:
Rajesh Chalode

Printed in India
at Penta Offset

Edition:
First Editon January 2022
Copies: 1000

Price: Rs. 180

ISBN: 978-93-91085-51-3

F E M I N G O

ആമുഖം
പടിഞ്ഞാറുദിച്ച പെൺവെട്ടം

ഇന്ത്യൻ സ്വാതന്ത്ര്യ സമരചരിത്രത്തിൽ അധികമാരും ചർച്ച ചെയ്തിട്ടില്ലാത്ത വനിതാരത്നങ്ങളെക്കുറിച്ച് എഴുതിക്കൊണ്ടാണു ഞാൻ എഴുത്തിന്റെ ലോകത്തിലേക്കു കാലെടുത്തു വച്ചത്. പിന്നീട് അധികം വൈകാതെ രണ്ടു നൊബേൽ പ്രൈസ് രണ്ടു വ്യത്യസ്ത വിഷയത്തിൽ നേടിയ മാഡം ക്യൂറിയെക്കുറിച്ചും എഴുതി. എന്നാൽ എഴുത്തു ജീവിതത്തിലേക്കു പ്രവേശിക്കുന്നതിനും എത്രയോ മുൻപു തന്നെ ഹൃദയത്തിൽ നിറഞ്ഞു നിന്നിരുന്ന ഒരു പേരുണ്ട്. അതാണ് ഹെലൻ കെല്ലർ. ഡ്രിഗ്രി പഠനം കഴിഞ്ഞു മൂവാറ്റുപുഴ നിർമ്മല ഭവനിൽ മെന്റലി ചലഞ്ചിങ്ങ് ആയ കുട്ടികളെ പഠിപ്പിക്കുവാൻ വേണ്ട ട്രെയിനിങ്ങ് തിരഞ്ഞെടുത്തത് അത്ര യാദൃശ്ചികം എന്നു പറയുവാൻ വയ്യ. സാധാരണ കുട്ടികളേക്കാൾ ശ്രദ്ധയും പരിചരണവും ആവശ്യമുള്ള കുഞ്ഞുങ്ങൾ എന്നും മനസ്സിൽ ഒരു നൊമ്പരക്കാഴ്ചയായി തങ്ങിനിൽപ്പുണ്ടായിരുന്നു. അതു കൊണ്ടാവാം ഫിസിക്സിൽ ഉപരിപഠനത്തിനു നിൽക്കാതെ അങ്ങനെ ഒരു മാറ്റത്തിന് ആ പ്രായത്തിൽ തയ്യാറായതും. ഒരു വർഷം നീണ്ട കഠിനമായ പരിശീലനം. പലപ്പോഴും പഠനം മതിയാക്കിപ്പോയാലോ എന്നു പോലും ചിന്തിച്ചിരുന്ന നാളുകൾ. സാധാരണ കുട്ടികളെ അച്ചടക്കത്തോടെ ക്ലാസ്സിൽ ഇരുത്തുന്നതു പോലെ എളുപ്പമല്ല ശാരീരികമോ മാനസികമോ ആയ വെല്ലുവിളി നേരിടുന്ന കുട്ടികളുടെ കാര്യം. ഇവിടെ അധ്യാപകരും പരീക്ഷിക്കപ്പെടുകയാണ്. ഈ ഒരു ഘട്ടത്തിലാണ് ഹെലൻ കെല്ലർ എന്ന ശാരീരികവൈകല്യമുള്ള ഭിന്നശേഷിക്കാരിയായ ഒരു പെൺകുട്ടി ലോകമറിയുന്ന എഴുത്തുകാരിയും പ്രഭാഷകയും ഒക്കെയായി ഉയർന്നു വന്ന കഥ ഞാൻ കേൾക്കുന്നത്. ആദ്യം അതിൽ അതിശയോക്തി തോന്നിയിരുന്നുവെങ്കിലും ക്രമേണ ആ പെൺകുട്ടി

അനുഭവിച്ച പ്രയാസത്തിന്റെ തോത് വ്യക്തമായി മനസ്സിലായിത്തുടങ്ങി. മനുഷ്യൻ ഒരു സാമൂഹ്യ ജീവി ആയതിനാൽത്തന്നെ മറ്റുള്ളവരുമായുള്ള ഇടപെടലിന് അയാളുടെ വ്യക്തിത്വ വികസനവുമായി അഭേദ്യബന്ധമുണ്ട്. അങ്ങനെ വരുമ്പോൾ, തന്റെ ആവശ്യങ്ങൾ ഒരാളെ ധരിപ്പിക്കുവാൻ വഴിയൊന്നുമില്ലാത്ത ഒരു കുഞ്ഞ് അനുഭവിക്കുന്ന നിരാശയും ചുറ്റുപാടിനോടുള്ള ഈർഷ്യയും നമുക്കു പെട്ടെന്നു മനസ്സിലാക്കാൻ സാധിക്കും. അതു പോലെ അത്തരത്തിലുള്ള ഒരു കുഞ്ഞിനെ പഠിപ്പിക്കുവാൻ യത്നിക്കുന്ന അധ്യാപികയേയും.

ഹെലൻ കെല്ലർ എന്ന പേരിനോളം പ്രധാന്യം അവരുടെ ടീച്ചർ ആനി സള്ളിവനും ഉണ്ട്. പിൽക്കാലത്തു പലപ്പോഴും ‘റ’ എന്ന ഏറ്റവും എളുപ്പമെന്നു നാം കരുതുന്ന അക്ഷരം ഒരു ഡിസേബിൾ ആയ കുഞ്ഞിനെ എങ്ങനെ പഠിപ്പിക്കാം എന്നു ചിന്തിക്കുമ്പോൾ ഞാൻ ആനി സള്ളിവനെക്കുറിച്ചു ചിന്തിച്ചിട്ടുണ്ട്. ശരിയാണ് പഠിപ്പിക്കുവാൻ മെഥഡോളജിയുണ്ട്. പക്ഷേ, ഭിന്നശേഷിക്കാരായ കുഞ്ഞുങ്ങളിൽ ഓരോ കുഞ്ഞിനും ഓരോ രീതി അവലംബിക്കേണ്ടി വരും. പലപ്പോഴും ഒരു ടീച്ചർ എന്ന നിലയിൽ ഞാൻ നേരിട്ടിട്ടുള്ള ഒരു കാര്യം, കുഞ്ഞുങ്ങളിലെ നിസ്സഹായത അവരെ അക്രമാസക്തരാക്കുന്നു എന്നതാണ്. സാമൂഹിക ജീവിതത്തിലെ പല നടപടിക്രമങ്ങളും അവരുടെ മനസ്സിലാക്കൽ തലത്തിനു പുറത്തുള്ള കാര്യമാണ്. അവരുടെ ആവശ്യങ്ങൾ തിരിച്ചറിയുവാനും ദുർവാശിക്കാരെ മെരുക്കി നല്ലവഴിക്കു കൊണ്ടുവരാനും പ്രയത്നം അത്രയേറെ വേണ്ടതുണ്ട്. ഇനി ഒരു മാനസിക വളർച്ച എത്താത്ത വിദ്യാർത്ഥി നേരിടുന്ന പ്രശ്നമായിരിക്കില്ല ഫിസിക്കലി ചാലഞ്ച്ഡ് ആയ പ്രത്യേകിച്ചും കാഴ്ചയ്ക്കും കേൾവിക്കും പ്രശ്നമുള്ള വിദ്യാർത്ഥി നേരിടുക എന്നും നാം തിരിച്ചറിയേണ്ടതുണ്ട്. പുറംലോകത്തെക്കുറിച്ചു യാതൊരു വിധ മനസ്സിലാക്കലും സാധ്യമാകാതെ, സ്വന്തം മനസ്സിലെ ആശയങ്ങൾ വെളിപ്പെടുത്താൻ മാർഗ്ഗമില്ലാതെയും വരുമ്പോൾ കുഞ്ഞുങ്ങൾ മാനസികമായി തളരും. ഒപ്പം മറ്റുള്ളവർക്ക് തനിക്കില്ലാത്ത കഴിവുകൾ ഉണ്ടെന്ന ബോധ്യം കൂടുതൽ നിരാശയിലേക്കു നയിക്കും. ഇത് കൂടുതൽ ഉൾവലിയാനോ കൂടുതൽ പ്രതികരിക്കുവാനോ അവരെ പ്രേരിപ്പിക്കും. രണ്ടും അപകടകരമാം വിധം ആകുകയും ചെയ്യും.

ഇങ്ങനെ ഒരു ഘട്ടത്തിലാണ് ഹെലനും അവളുടെ ടീച്ചറിനും ഇന്നും ഈ ലോകത്തിൽ പ്രാധാന്യം നഷ്ടപ്പെടാതെയിരിക്കുന്നത്.

അഭേദ്യമായ ആ ഗുരുശിഷ്യബന്ധം ആരേയും അതിശയിപ്പിക്കുന്നതായിരുന്നു.

മാനുഷികതലത്തിന്റെ വ്യത്യസ്തഭാവങ്ങൾ അനാവരണം ചെയ്ത ജീവിതമായിരുന്നു ഹെലന്റേത്. ഏതൊരാൾക്കും കഴിയുന്ന കാര്യങ്ങൾ തനിക്കും കഴിയുമെന്ന് അവർ തെളിയിച്ചു. സാധാരണക്കാരിയായല്ല, അസാധാരണക്കാരിയായാണ് അവർ ജീവിതത്തെ കണ്ടത്. പ്രകൃതിയുടെ മനോഹാരിതയോ ശബ്ദഗാംഭീര്യത്തിന്റെ സൗരഭ്യങ്ങളോ ആസ്വദിക്കാൻ അവർക്ക് കഴിഞ്ഞിട്ടില്ല. പക്ഷേ, അവർ അവരുടേതായ ലോകം സൃഷ്ടിച്ചു. അതിലവർ ജീവിതത്തിന്റെ പൂമരങ്ങൾ സൃഷ്ടിക്കുകയും അതിൽ പൂവണിയിക്കുകയും ചെയ്തു. അങ്ങനെ ലോകമെമ്പാടുമുള്ളവർക്ക് സ്ത്രീത്വത്തിന്റെ ശക്തി കാണിച്ചു കൊടുത്തു. അതൊരു പുറപ്പാടായിരുന്നുവെന്നു പറയാം. ഇത്രമേൽ സ്വാധീനം ചെലുത്താൻ കഴിയുന്ന മറ്റൊരു സ്ത്രീത്വം ലോകത്തിൽ വേറെയുണ്ടോയെന്നു പോലും സംശയിക്കേണ്ടിയിരിക്കുന്നു.

'ദ സ്റ്റോറി ഓഫ് മൈ ലൈഫ്' വായിക്കുന്നത് പഠനകാലം കഴിഞ്ഞാണ്. ആ വായന വീണ്ടും ഹെലൻ കെല്ലർ എന്ന പേരിലേക്ക് എന്നെ ഉണർത്തി. പിന്നീടു പലപ്പോഴും വായനയിൽ കണ്ടെത്തിയ കാര്യങ്ങൾ ഡയറിയിൽ എഴുതിയിടുമായിരുന്നു. അപ്പോഴും അതൊരു പുസ്തകമായി മാറുമെന്ന ചിന്ത അശ്ശേഷം ഉണ്ടായിരുന്നില്ല. പിന്നീടു ചെറുകുറിപ്പുകൾ പലേടത്തായി എഴുതിയിട്ടതു ക്രോഡീകരിച്ചതോടെയാണു പുസ്തക രൂപത്തിൽ ഞാനതു സ്വപ്നം കണ്ടു തുടങ്ങിയത്. എന്റെ ആദ്യ രണ്ടു പുസ്തകങ്ങളും മാക്സ് ബുക്സ് കോട്ടയമാണ് പ്രസിദ്ധീകരിച്ചത്. അവരുടെ തന്നെ സ്ത്രീകളുടെ എഴുത്തുകൾക്കു മാത്രമായുള്ള ഒരു പ്രത്യേക പ്രസിദ്ധീകരണ വിഭാഗമായ ഫെമിൻഗോ ബുക്സ് എന്ന ആശയത്തെക്കുറിച്ച് അവർ സംസാരിച്ചപ്പോൾ, അതിലെ ആദ്യ പുസ്തകമായി ഹെലൻകെല്ലർ തന്നെ മതിയെന്ന് ഞങ്ങൾ നിശ്ചയിച്ചു. അങ്ങനെയാണ് ഈ പുസ്തകം ഫെമിൻഗോ ബുക്സിലൂടെ യാഥാർത്ഥ്യമാകുന്നത്.

എഴുത്തിന്റെ വേളയിലും ജീവതത്തിലും എന്നെ ഏറെ പ്രചോദിപ്പിക്കുന്ന, പ്രോത്സാഹിപ്പിക്കുന്ന രാധിക ടീച്ചറേയും ശ്രീജിത്ത് സാറിനേയും, ജ്യേഷ്ഠ സഹോദരനായ ശശി അണ്ണനേയും ഞാൻ ഈ അവസരത്തിൽ ഏറെ നന്ദിയോടെ ഓർക്കുന്നു. ദിവസത്തിന്റെ ഏറിയ പങ്കും ഞാൻ സഹ അധ്യാപകർക്കൊപ്പമാണു ചെല

വിടുന്നത്. അവർ തരുന്ന പിന്തുണ നിസ്സീമമാണ്. അതു പോലെ ഓരോ പുസ്തകവും പിറക്കുന്നത് സമാധാനമുള്ള ഒരു കുടുംബാന്തരീക്ഷത്തിൽ നിന്നാണ്. അക്കാര്യത്തിൽ കൂടെ നിന്നു കൊണ്ടു പ്രിയ ഭർത്താവ്, കുഞ്ഞണ്ണനും (വി. രഘുനാഥ്) മകൾ കുഞ്ഞാറ്റയും (ഭാഗ്യലക്ഷ്മി നാഥ്) എനിക്ക് എന്നും തുണയാകുന്നു.

ഹെലൻ കെല്ലർ എന്ന പുസ്തകം ഫെമിൻഗോ ബുക്സ് പുറത്തിറക്കുകയാണ് എന്നു പറഞ്ഞ്, എഴുത്തിന്റെ എല്ലാ ഘട്ടങ്ങളിലും കൂടെ നിന്ന എന്റെ പ്രിയപ്പെട്ട കൂട്ടുകാരി ശ്രീമതി. ദുർഗ മനോജ്, മാക്സ് ബുക്സിന്റെ സാരഥി ശ്രീ. അജീഷ് ചന്ദ്രൻ എന്നിവരോടുള്ള എന്റെ നന്ദിയും സ്നേഹവും വാക്കുകൾ കൊണ്ടു വിവരിക്കാവുന്നതല്ല. ഇനി വരുന്ന തലമുറയ്ക്കു നമുക്കു നൽകുവാൻ ഹെലൻ കെല്ലറെപ്പോലുള്ള വ്യക്തിത്വങ്ങൾ നൽകിയ സന്ദേശങ്ങൾ ഉണ്ട് എന്നതു ചെറിയ കാര്യമല്ല. കഴിഞ്ഞ രണ്ടു പുസ്തകങ്ങളും ഏറ്റെടുത്ത എന്റെ പ്രിയപ്പെട്ട വായനക്കാരുടെ മുൻപിൽ ഹെലൻ കെല്ലർ എന്ന മൂന്നാമത്തെ പുസ്തകം സാദരം സമർപ്പിക്കുന്നു.

സ്നേഹാദരങ്ങളോടെ,
സുധർമ്മ രഘുനാഥ്

അവതാരിക

ഇരുൾ പരത്തും വഴിയിലൊരു വൈഢൂര്യത്തിളക്കം

ദുർഗ മനോജ്

'പത്തൊൻപതാം നൂറ്റാണ്ടിലെ ഏറ്റവും പ്രഗല്ഭരായ രണ്ടു വ്യക്തികൾ നെപ്പോളിയനും ഹെലൻ കെല്ലറുമാണ്.'

ഇങ്ങനെ അഭിപ്രായപ്പെട്ടത് മാർക്ക് ട്വയിൻ ആണ്. ആ വാക്കുകളുടെ മാറ്റ് ഇന്നും കുറയുന്നില്ല.

ബൗദ്ധികമായി പുരുഷനു പിന്നിലാണു സ്ത്രീയുടെ സ്ഥാനമെന്നു സ്ത്രീകൾ പോലും സ്വയം വിലയിരുത്തിയിരുന്ന ആ പത്തൊമ്പതാം നൂറ്റാണ്ടിലാണു പഞ്ചേന്ദ്രിയങ്ങളിൽ രണ്ട് ഇന്ദ്രിയങ്ങളുടെ സഹായമില്ലാഞ്ഞിട്ടും, ലോകത്തെ അകക്കണ്ണാൽ കാണുകയും കേൾക്കുകയും ചെയ്ത ഹെലൻ കെല്ലർ എന്ന വിശിഷ്ട വ്യക്തിത്വം ഉദിച്ചുയർന്നത്. അവർ ലോകത്തോടു പറഞ്ഞതു പരിമിതികൾ ചങ്ങലകൾ അല്ല എന്നാണ്, ഏതു പരിമിതിയും കടന്നു പോകുവാൻ മനക്കരുത്തു കൊണ്ടു സാധിക്കും എന്നാണ്. അതിനാൽ ലോകം ഹെലൻ കെല്ലർ എന്ന അത്ഭുത വ്യക്തിത്വത്തെ അംഗീകരിച്ചു. വർഷങ്ങൾ കൊഴിഞ്ഞു പോയിട്ടും ഹെലൻ കെല്ലർ എന്ന നാമം ഇന്നും ജനങ്ങൾ ഓർക്കുന്നു. തലമുറകളിലേക്ക് അവരുടെ കഥ കൈമാറുന്നു. ഇന്നും ഏതൊരു വൈതരണിയിലും അവരുടെ ജീവിതം പ്രചോദനമാകുന്നു.

പാശ്ചാത്യ ലോകത്തെ ഈ കെടാവിളക്കിനു നമ്മുടെ മലയാള മണ്ണിൽ എന്താണു പ്രാധാന്യം എന്നു നാം ചിന്തിക്കാം. ഉത്തരമിതാണ്, നമ്മുടെ നാടും ശാരീരിക പരിമിതികൾ അനുഭവിക്കുന്നവരെ അനുഭാവപൂർവ്വം പരിഗണിക്കുവാൻ തുടങ്ങിയിട്ട് അധികകാലമായിട്ടില്ല. അവഗണിക്കപ്പെടേണ്ടവർ, പരിഹാസത്തിനു പാത്രമാകേണ്ടവർ, എന്നൊക്കെ ആയിരുന്നു അംഗപരിമിതരെക്കുറിച്ചു

ള്ള പൊതുബോധം. എന്നാൽ ഹെലൻ കെല്ലറെപ്പോലുള്ള വ്യക്തികളുടെ ഇടപെടലുകൾ മെല്ലെയാണെങ്കിലും ലോകമെമ്പാടും മാറ്റം വളരെ സാവകാശമെങ്കിലും കൊണ്ടുവന്നു. ഇന്ന്, വ്യത്യസ്തമായ കഴിവുകളുള്ള കുട്ടികളുടെ ഉന്നമനത്തിനായി അനേകം പ്രൊജക്ടുകൾ സർക്കാർ തലത്തിൽ രൂപീകരിക്കപ്പെട്ടിട്ടുണ്ട്. അതിൽത്തന്നെ അന്ധരും ബധിരരും മൂകരുമായ കുഞ്ഞുങ്ങൾ നേരിടുന്ന പ്രശ്നങ്ങൾ ഒട്ടൊക്കെ ലോകം തിരിച്ചറിഞ്ഞത് ഹെലൻ കെല്ലർ എന്ന വനിതയിലൂടെയാണ്. അന്ധത പോലുള്ള വൈകല്യങ്ങൾ ദൈവത്തിന്റെ കോപം കൊണ്ടാണെന്നതു പോലെയുള്ള അന്ധവിശ്വാസം നിറഞ്ഞ ഒരു കാലഘട്ടമാണ് നാം കടന്നു വന്നത്. ദാരിദ്ര്യം കൂടി കൂട്ടുണ്ടെങ്കിൽ അതീവ ദുഷ്കരമാകും ആ ജീവിതം. അവർക്ക് മുഖ്യധാരാ ജീവിതം അന്യമായിരുന്നു. പരിമിതികൾ സഹിക്കാൻ വിധിക്കപ്പെട്ടവരായിരുന്നു അവർ. അത്തരം ഒരു സാമൂഹിക സാഹചര്യത്തിൽ നിന്നാണ് ഹെലൻ കെല്ലറെ ലോകം ശ്രദ്ധിച്ചത്. അവർ സാധാരണ ജീവിതം ജീവിക്കാൻ പരിശ്രമിച്ചു, അതിൽ വിജയിച്ചു എന്നും നിർവ്വചിക്കാം. അതെ, സാധാരണ ജീവിതം എന്ന വാക്കിന്റെ അർത്ഥം പക്ഷേ, ഹെലൻ കെല്ലർ എന്ന അന്ധയും ബധിരയുമായ ഒരുവളുടെ കാര്യത്തിൽ അസാധാരണങ്ങളിൽ അസാധാരണം എന്നു തിരുത്തി വായിക്കേണ്ടതുണ്ട് എന്നു മാത്രം. കാരണം ഒരു സാധാരണ വ്യക്തി നയിക്കുന്ന സാധാരണ ജീവിതത്തിനോട് ഒരു തരത്തിലും സാമ്യപ്പെടുത്തുവാൻ ആകുന്നതായിരുന്നില്ല അന്ധയും ബധിരയും മൂകയുമായ ഒരു പെൺകുട്ടിയുടെ ജീവിതം. അവിടെ ഹെലൻ ആദംസ് കെല്ലർ വിജയിച്ചു. ലോകത്തിന് അവർ പ്രചോദനമായി. ശാരീരിക വൈകല്യങ്ങൾ പരിമിതി അല്ല എന്ന് അവർ ലോകത്തെ പഠിപ്പിച്ചു.

ഏതൊരു വ്യക്തിയുടെ വിജയത്തിനു പിന്നിലും താങ്ങായും തണലായും ഒരു ശക്തി കൂടെയുണ്ടാകും. ഒരു പുരുഷന്റെ വിജയത്തിനു പിന്നിൽ ഒരു സ്ത്രീയുണ്ടാകും എന്നും നമ്മൾ പറഞ്ഞു കേൾക്കാറുണ്ട്. ഇവിടെ ഹെലൻ എന്ന ദുർബലയായ, പ്രശ്നക്കാരിയായ, ദുർവാശിക്കാരിയായ പെൺകുട്ടിയെ ലോകമറിയുന്ന ഹെലൻ കെല്ലർ എന്ന പ്രൗഢ വനിതയാക്കി മാറ്റിയത് ആനി സള്ളിവൻ എന്ന ടീച്ചർ ആയിരുന്നു. അവർ നീണ്ട അമ്പതു വർഷമാണ് ഹെലൻ കെല്ലർ എന്ന ശിഷ്യയ്ക്കൊപ്പം ജീവിച്ചത്. ജന്മനാ അന്ധയോ ബധിരയോ ആയിരുന്നില്ല ഹെലൻ. കുഞ്ഞായിരിക്കുമ്പോൾ ബാധിച്ച മെനിഞ്ചൈറ്റിസ് അവളുടെ കാഴ്ചയും കേൾവിയും അപ

ഹരിക്കുകയാണുണ്ടായത്. കുഞ്ഞ് ഹെലന് തനിക്കില്ലാത്ത എന്തൊക്കെയോ കഴിവുകൾ ചുറ്റുമുള്ളവർക്ക് ഉണ്ട് എന്നു മനസ്സിലായി. അത് അവളിൽ അസ്വസ്ഥത നിറച്ചു. താൻ ഉദ്ദേശിക്കുന്നതു മറ്റുള്ളവരോടു പറയുവാൻ സാധിക്കാതെ വന്നതോടെ കുഞ്ഞു ഹെലൻ പലപ്പോഴും അക്രമാസക്തയായി. ഈ ഘട്ടത്തിലാണ് ഹെലന്റെ അമ്മയുടെ താൽപര്യപ്രകാരം അവളെ പഠിപ്പിക്കുവാനായി അമേരിക്കയിലെ അലബാമയിലെ ഹെലന്റെ വീട്ടിലേക്ക് ആനി സള്ളിവൻ എന്ന ടീച്ചർ വന്നെത്തുന്നത്. ഒരു ടീച്ചർ എന്ന നിലയിൽ ഹെലൻ എന്ന വിദ്യാർത്ഥിനി ഒരു വെല്ലുവിളിയായിരുന്നു അവർക്ക്. എന്നാൽ തോറ്റോടാൻ അവർ തയ്യാറായില്ല.

പിന്നീടു സംഭവിച്ചതു ചരിത്രമാണ്. സാവകാശം വിരലുകളുടെ സ്പർശനത്തിലൂടെ ഓരോ വാക്കുകൾ ഹെലൻ പരിചയപ്പെട്ടു തുടങ്ങി. അവളുടെ വാശി പലപ്പോഴും ആനിയെ പ്രതിരോധത്തിലാക്കി. പക്ഷേ, അവർ തളർന്നില്ല. അവരും വാശിയോടെ തന്നെ അവളെ മാറ്റിയെടുക്കുവാൻ നിശ്ചയിച്ചു. കലർപ്പില്ലാത്ത സ്നേഹവും നിശ്ചയദാർഢ്യവും ലക്ഷ്യം ഭേദിക്കും എന്നത് ഉറപ്പാണ്. ഇവിടെയും ആ സ്നേഹം വിജയിച്ചു. ഹെലൻ കെല്ലർ എന്ന മികച്ച വിദ്യാർത്ഥിനിയുടെ ഉദയം അവിടെ ആരംഭിച്ചു. പിന്നീടുള്ള ജീവിതത്തിൽ തനിക്കും സംസാരിക്കണം എന്നുള്ള അദമ്യമായ അവളുടെ ആഗ്രഹവും സാക്ഷാത്കരിച്ചു. റാഡ് ക്ലിഫ് യൂണിവേഴ്സിറ്റിയിൽ നിന്നും ബിരുദം നേടിയ ഹെലൻ ലോകം ചുറ്റി സഞ്ചരിച്ചു, പ്രസംഗിച്ചു, ലേഖനങ്ങൾ എഴുതി. അമേരിക്കൻ ഫൗണ്ടേഷൻ ഫോർ ദി ബ്ലൈൻഡ് എന്ന സ്ഥാപനം സ്ഥാപിച്ചു. ‘മിറക്കിൾ വർക്കർ’ എന്ന പേരിൽ ഹോളിവുഡ് സിനിമ അവർ ജീവിച്ചിരിക്കവേ പുറത്തു വന്നു.

ഇന്നു മനുഷ്യർ ആധുനിക യുഗത്തിൽ ജീവിത സാഹചര്യങ്ങളിൽ ഏറെ മുന്നേറിക്കഴിഞ്ഞിരിക്കുന്നു. പത്തൊമ്പതാം നൂറ്റാണ്ടിൽ നിന്നും ഇരുപത്തിയൊന്നാം നൂറ്റാണ്ടിലേക്കു പ്രവേശിക്കുമ്പോൾ ഭക്ഷണം, വസ്ത്രം, പാർപ്പിടം എന്ന അടിസ്ഥാന ആവശ്യങ്ങൾ ഏറെ വികസിച്ചിട്ടുണ്ട്. കൂടാതെ, ദാരിദ്ര്യ നിർമ്മാർജ്ജനവും ഗവൺമെന്റുകൾ ഗൗരവത്തോടെ കണ്ടുതുടങ്ങിയിരിക്കുന്നു. ഹെലൻ കെല്ലറുടെ കാലഘട്ടത്തിലെ ആവി എഞ്ചിനിൽ ഓടുന്ന തീവണ്ടിയും, ടാറിടാത്ത റോഡുകളിലൂടെ തട്ടിത്തടഞ്ഞു നീങ്ങുന്ന കുതിരവണ്ടിയും ഇന്ന് അത്ഭുതക്കാഴ്ചയാണ്. മെട്രോ റെയിലും ബുള്ളറ്റ് ട്രെയിനും, വിമാനവും മാനവരാശിയുടെ ജീവിത നിലവാ

രം അടിമുടി മാറ്റിമറിച്ചു. കൃത്രിമ ഉപഗ്രഹങ്ങളുടെ കടന്നുവരവു വാർത്താവിനിമയ മേഖലയിൽ വിപ്ലവം സൃഷ്ടിച്ചു. ഈ മാറ്റങ്ങൾ മുഴുവൻ സംഭവിച്ചിട്ടും ചില മനസ്സുകൾ മാറാൻ കൂട്ടാക്കാതെ ഇന്നും തുടരുന്നുണ്ട്. ആലംബഹീനരോടും, ദുർബലരോടും മേധാവിത്വം കാട്ടുവാൻ ഇന്നും ചിലർ തയ്യാറാകുന്നുണ്ട്. അവിടെ സാങ്കേതിക വിദ്യകൾക്ക് അപ്പുറം മനുഷ്യമനസ്സുകൾക്കു മാത്രമേ അത്ഭുതം സൃഷ്ടിക്കാൻ സാധിക്കൂ. ഇനി ഹെലൻ കെല്ലർ എന്തുകൊണ്ടാണ് അത്ഭുതമാകുന്നത് എന്നു ചിന്തിച്ചാൽ, പതിനെട്ടാം നൂറ്റാണ്ടു വരെ ലോകം അനുഭവിച്ച വിവേചനങ്ങളിൽ നിന്നും തൊഴിലാളികളും പാവപ്പെട്ടവരും, ചിന്തകരും, പുരോഗമന ആശയങ്ങളുടെ വക്താക്കളും വിപ്ലവങ്ങളിലൂടെയും കൊടും യാതനകൾ നിറഞ്ഞ സമരത്തിലൂടെയും ലോകത്തെ തിരുത്തിയെടുത്തു. ഒപ്പം, ശാസ്ത്ര സാങ്കേതികരംഗത്തെ പുരോഗതിയിലൂടെ, സമ്പൂർണ്ണമായ നവോദ്ധാനത്തിലേക്ക് ആയിരത്തി തൊണ്ണൂറുകളിൽ ലോകം സഞ്ചരിച്ചു തുടങ്ങി. പക്ഷേ, അന്നും ഒരു സ്ത്രീ, അത് രാഷ്ട്രീയമോ, സാംസ്കാരികമോ, ശാസ്ത്രമേഖലയിലോ മുന്നോട്ടു വരുക എന്നു പറഞ്ഞാൽ അതീവ ദുഷ്കരമായിരുന്നു. സ്ത്രീയുടെ ഇടം വീടിന്റെ അകത്തളമാണ് എന്ന ചിന്തയിൽ വലിയ മാറ്റമൊന്നും ഇരുപതാം നൂറ്റാണ്ടിൽപ്പോലും സംഭവിച്ചിരുന്നില്ല എന്നും നമുക്കറിയാം. അവിടെയാണ് ശാരീരിക പരിമിതികൾ, പ്രത്യേകിച്ചും ഒരു സഹായി സദാ ആവശ്യമുള്ള ഒരു സ്ത്രീ, രാഷ്ട്രീയ രംഗത്ത് ഉൾപ്പെടെ ഉയർന്നു വരുന്നതും അവർ ലോകശ്രദ്ധ നേടുന്നതും. അവർക്ക് സാധാരണ ജീവിതം ജീവിക്കാമായിരുന്നു. തടസ്സങ്ങൾ നേരിടാതെ, മാനസികവ്യഥകൾ നേരിടാതെ സ്വന്തം പരിമിതിയെ പതം പറഞ്ഞു ജീവിതം ഇരുട്ടിൽ ഹോമിക്കാമായിരുന്നു. പക്ഷേ, അവർ എല്ലാ പരിമിതികളേയും വെല്ലുവിളിയോടെ നേരിട്ടു. അവർ ആർജ്ജവത്തോടെ മുന്നോട്ടു കുതിച്ചു. തുടരെ ഉണ്ടായ പക്ഷാഘാതങ്ങൾ ശയ്യാവലംബി ആക്കുംവരേയും അവർ മല്ലിട്ടു. തന്റെ ആശയങ്ങൾ ലോകത്തോടു വിളിച്ചു പറഞ്ഞു. അങ്ങനെയാണ് ഹെലൻ, ലോകത്തിന്റെ ഹെലൻ കെല്ലറായി മാറിയത്.

1968-ൽ ഹെലൻ കെല്ലർ അന്തരിച്ചുവെങ്കിലും അവർ കൊളുത്തിയ ദീപപ്രഭ ലോകം മുഴുവനുമുള്ള അംഗ പരിമിതർക്ക് ഊർജ്ജമായി മാറി. അതിനാൽത്തന്നെ ഈ ഇരുപത്തിയൊന്നാം നൂറ്റാണ്ടിലും ഹെലൻ കെല്ലർ എന്ന നാമത്തിനു പ്രസക്തി നഷ്ടപ്പെടുന്നില്ല. അംഗപരിമിതർക്കു മാത്രമല്ല, വളർന്നു വരുന്ന ഏതൊരു

വിദ്യാർത്ഥിയും ഹെലൻ കെല്ലർ എന്ന നാമം തിരിച്ചറിയണം. അവർ പകർന്ന ആർജ്ജവം സ്വന്തം ജീവിതത്തിൽ പകർത്തണം. കരുത്തുള്ള മനസ്സ് രൂപപ്പെടുത്തുവാൻ ഹെലൻ കെല്ലറുടെ ജീവിതത്തിലൂടെ സഞ്ചരിക്കുന്നതു വഴി സാധിക്കും.

പ്രകൃതിയെ പോലെ സ്നേഹിക്കുന്നവരാകുക! ആനി സള്ളിവൻ എന്ന അധ്യാപികയെക്കുറിച്ച് എഴുതിയാൽ അവർ, പ്രകൃതി അതിലെ ചരാചരങ്ങളെ എങ്ങനെയാണു സ്നേഹിക്കുന്നത്, അതുപോലെയാണു ഹെലനെ സ്നേഹിച്ചത് എന്നു പറയേണ്ടി വരും. അത്തരം സ്നേഹത്തിൽ വലിപ്പ ചെറുപ്പമുണ്ടാവുകയില്ല. കുറച്ചിലോ വേദനയോ അപമാനമോ അസൂയയോ ഒന്നുമുണ്ടാവില്ല. കടിച്ചമർത്തലുകളും മറച്ചു വെക്കലുകളുമുണ്ടാവില്ല. പകരം തലോടലുകളും ആശ്വസിപ്പിക്കലും കൊഞ്ചലുകളും കുസൃതികളും പരിഭവങ്ങളും പരിദേവനങ്ങളും പൊട്ടിച്ചിരികളും പൊട്ടിക്കരയലുകളും മാത്രമാകും നിറയുക.

സ്നേഹം യഥാർത്ഥത്തിൽ ദൈവികമായ വികാരമാണ്. കാരുണ്യമാണ് അതിന്റെ മർമവും മൂലബിന്ദുവും. തിരിച്ചൊന്നും പ്രതീക്ഷിക്കാതെ നൽകുന്നതാണ് സ്നേഹം. സ്നേഹത്തിന്റെ ആശയ പ്രപഞ്ചത്തിൽ സ്വാർത്ഥതയോ ചൂഷണമോ കാമമോ ഭൗതിക സമ്പാദ്യങ്ങളോ ഒന്നുമില്ല. കളങ്കമില്ലാത്ത, കലർപ്പില്ലാത്ത സമർപ്പണ ഭാവത്തിന്റെ പേരാണ് സ്നേഹം. ഒരാൾ മറ്റൊരാൾക്ക് വേണ്ടി ജീവിക്കുമ്പോഴാണ് അത് സ്നേഹമായി മാറുന്നത്. ആനിയുടെ ജീവിതം ഏതാണ്ട് അങ്ങനെയായിരുന്നു.

സ്നേഹം നിർബന്ധപൂർവം അടിച്ചേൽപിക്കാനോ ഉണ്ടാക്കിയെടുക്കാനോ സാധിക്കുന്ന വികാരമല്ലെന്നും നീയെന്നെ സ്നേഹിച്ചേ പറ്റൂ എന്ന് ഒരാൾക്കും മറ്റൊരാളോട് നിർബന്ധിക്കാൻ കഴിയില്ലെന്നും ആനി പഠിച്ചതു പോലും ഹെലനിൽ നിന്നാണെന്നു കാണാം. കാരണം സ്നേഹം മനസ്സിൽ സ്വയം ഉണ്ടായിത്തീരേണ്ട വികാരമാണെന്ന് അവർ തിരിച്ചറിഞ്ഞു. സഹായവും സഹകരണവുമെല്ലാം ചോദിച്ചു വാങ്ങാൻ കഴിയും. അത്തരത്തിൽ സ്വയം രൂപം കൊണ്ട സ്നേഹമാണ് ആനി സള്ളിവനെ ഹെലൻ കെല്ലർ എന്ന പെൺകുട്ടിയുമായി ബന്ധിപ്പിച്ചു നിർത്തിയത്. ഉത്തരവാദിത്തവും സംരക്ഷണവും ചോദിക്കാനും നൽകാനും കഴിയും. ഭക്ഷണവും വസ്ത്രവും മറ്റു ഭൗതിക വസ്തുക്കളും നൽകാനും സാധിക്കും. പക്ഷേ, മനസ്സിന്റെ ഉള്ളിൽ പ്രത്യേകമായി നിക്ഷേപിക്കപ്പെട്ടിട്ടുള്ള സ്നേഹം ചോദിച്ചു വാങ്ങാനോ പിടിച്ചു വാങ്ങാനോ നിർബന്ധത്തിനു

വഴങ്ങിയോ നൽകാൻ സാധിക്കില്ല. അതു ഹെലന്റേയും ആനിയുടേയും ജീവിതത്തിലൂടെ കടന്നുപോകുന്ന ഏതൊരാൾക്കും അനായാസം മനസ്സിലാക്കാം. ഇവിടെ സ്നേഹവും കരുതലും ഒരു പുഴ ഒഴുകുന്ന അതേ സ്വാഭാവികതയോടെ ഒഴുകുകയാണ്. അതുകൊണ്ടാണ് ആനി സള്ളിവന്റെ ജീവിതത്തിൽ സ്വന്തം വിവാഹ ജീവിതത്തിന് അധികം പ്രാധാന്യം ലഭിക്കാതെ പോയത്. കൂട്ടിയും കിഴിച്ചും ലഭിക്കുന്ന ലാഭനഷ്ടമല്ല സ്നേഹം. ലാഭനഷ്ടങ്ങളൊക്കെ കണക്കു കൂട്ടി നഷ്ടമൊന്നും വരാതെ ലാഭം മാത്രം കിട്ടണമെന്നു വിചാരിച്ചു പരസ്പരം അഭിനയിക്കുന്നതല്ല സ്നേഹം. സ്വന്തം താൽപര്യങ്ങൾ ത്യജിച്ച്, ഒട്ടേറെ നഷ്ടങ്ങൾ സഹിച്ച്, സ്നേഹിക്കുന്നവർക്ക് വേണ്ടി ജീവിക്കുന്നതാണു സ്നേഹം കൊണ്ടു ലഭിക്കേണ്ട ആത്മസംതൃപ്തി. അതാണ് ഹെലനു പിന്നിൽ നിന്നു കൊണ്ടു സ്വന്തം ജീവിതത്തെ ഹെലന്റെ നിഴലാക്കി സള്ളിവൻ നേടിയത്. അതായിരുന്നു ആ ഗുരുശിഷ്യബന്ധം.

അസാധ്യം എന്ന വാക്കിനെ എന്തും സാധ്യമെന്നു തിരുത്തി എഴുതുകയാണ് ഹെലൻ കെല്ലർ ചെയ്തത്. അവരുടെ ആ നിശ്ചയദാർഢ്യത്തിനു മുന്നിൽ ആദരവോടെ ശിരസ്സു നമിക്കുന്നു. ആ ഹെലൻ കെല്ലറിൽ നിന്നുമാണ് ഫെമിൻഗോ ബുക്സ് തുടക്കം കുറിക്കുന്നത്. ഫെമിൻഗോ ബുക്സ് സ്ത്രീകളുടെ എഴുത്തുകൾ ലോകത്തിനു മുന്നിൽ അവതരിപ്പിക്കുക, എന്ന ലക്ഷ്യവുമായി ആരംഭിച്ചിരിക്കുന്ന പ്രസാധക സ്ഥാപനമാണ്. അധ്യാപികയായ ശ്രീമതി സുധർമ്മ രഘുനാഥ് അവരുടെ സ്വന്തം ജീവിതത്തിൽ ഏറെ സ്വാധീനം ചെലുത്തിയ വ്യക്തിത്വമായ ഹെലൻ കെല്ലറുടെ ജീവിതത്തെക്കുറിച്ച് പുതു തലമുറയെ പരിചയപ്പെടുത്തുവാൻ വേണ്ടി എഴുതിയതാണീ പുസ്തകം. ഇത് വളർന്നു വരുന്ന കുട്ടികൾക്കു മാത്രമല്ല, പ്രതിസന്ധിയിൽ തളരുമെന്നു തോന്നുന്ന ഘട്ടത്തിൽ ഏതൊരാൾക്കും പുതുജീവൻ നൽകും എന്ന പ്രതീക്ഷയുണ്ട്. അതുകൊണ്ടു തന്നെ സമകാലികപ്രസക്തമായ ഈ ജീവിതത്തെ അക്ഷരകൈരളിക്കു മുന്നിൽ സാദരം അവതരിപ്പിക്കുന്നു.

ഹെലൻ കെല്ലർ
അഥവാ ഹെലൻ ആഡംസ് കെല്ലർ

ഈ പേര് കേൾക്കുമ്പോൾ നമ്മൾ ആദ്യം ഓർക്കുന്നത് എന്തായിരിക്കും? കുട്ടിക്കാലത്ത് തന്നെ കാഴ്ചശക്തിയും കേൾവിയും നഷ്ടമായിട്ടും ആ പ്രതികൂല സാഹചര്യങ്ങളോട് പടപൊരുതി പരമാവധി അറിവുകൾ നേടി ജീവിതവിജയം കൈവരിച്ച ഒരു വനിത? പ്രശസ്തയായ എഴുത്തുകാരി? അല്ലെങ്കിൽ അംഗപരിമിതർക്ക് വേണ്ടി ഒട്ടനവധി നിയമപോരാട്ടങ്ങൾ നടത്തിയ ഒരു അഭിഭാഷക? രാഷ്ട്രീയ പ്രവർത്തക? ലോകമൊട്ടാകെ അംഗപരിമിതർക്ക് - പ്രത്യേകിച്ച് അന്ധർക്കും ബധിരർക്കും വേണ്ടി ഒട്ടേറെ പ്രവർത്തനങ്ങളിൽ നേതൃസ്ഥാനത്ത് തന്നെയുണ്ടായിരുന്ന പ്രതിബദ്ധതയുള്ള ഒരു സാമൂഹ്യ പ്രവർത്തക?

അവർ ഇതെല്ലാമായിരുന്നു.

അവരെങ്ങനെയാണ് തനിക്ക് വന്നു ചേർന്ന ബുദ്ധിമുട്ടുകൾ മറികടന്നതെന്നും ലോകത്തിനു തന്നെ മാതൃകയായി മാറിയതെന്നും അറിയുന്നത് തീർച്ചയായും കൗതുകകരവും അതേ സമയം പ്രചോദനപരവുമായിരിക്കും. അവർ കടന്നു വന്ന പാതകളിൽ കൂടി നമുക്ക് സഞ്ചരിക്കാൻ ആയാൽ ആ ജീവിതത്തിന്റെ മാഹാത്മ്യം നമുക്കും ബോധ്യമാകും.

ഹെലൻ കെല്ലർ– ജനനവും കുടുംബ പശ്ചാത്തലവും

ഹെലൻ കെല്ലർ ജനിക്കുന്നത് അമേരിക്കൻ ഐക്യ നാടുകളിലെ അലബാമ സംസ്ഥാനത്തെ ട്യുസ്കോമ്പിയ എന്ന പട്ടണത്തിലാണ്. അമേരിക്കൻ ഐക്യനാടുകളിലെ തെക്കു കിഴക്കൻ മേഖലയിൽ മെക്സിക്കൻ കടലിടുക്കിനോട് ചേർന്ന് കിടക്കുന്ന ഒരു സംസ്ഥാനമാണ് അലബാമ. 1816–ൽ മൈക്കൽ ഡിക്സൺ കുടുംബം 'ചിക്കൻസോ' എന്ന അമേരിക്കൻ ഇന്ത്യൻ ഗോത്രത്തിന്റെ തലവൻ ടുക്കുംസെയിൽ നിന്ന് ട്യൂസ്ക്യൂമ്പിയ താഴ്വാരത്തിന്റെ

വലിയൊരു ഭാഗം വിലയ്ക്ക് വാങ്ങി അവിടെ താമസം ആരംഭിക്കുന്നതോടു കൂടിയാണ് ട്യൂസ്ക്യൂമ്പിയ ഒരു നഗരമായി മാറാൻ തുടങ്ങുന്നത്. ഡിക്സൺ കുടുംബത്തെ പിന്തുടർന്ന് കൊണ്ട് യൂറോപ്പിൽ നിന്നും പല കുടുംബങ്ങളും ഈ മേഖലയിലേക്ക് കുടിയേറി. നഗരം വികസിച്ചു എങ്കിലും ഇപ്പോഴും ഏതാണ്ട് എണ്ണായിരത്തി അഞ്ഞൂറിൽ താഴെ ജനസംഖ്യ മാത്രമുള്ള ഒരു കൊച്ചു നഗരമാണ് ട്യൂസ്ക്യൂമ്പിയ.

സ്വിറ്റസർലാന്റിലെ മേരിലാൻഡ് സ്വദേശികളായ കാസ്പർ കെല്ലറുടെ മകനും അലബാമയിലേക്ക് കുടിയേറിപ്പാർക്കുന്നതു ഇക്കാലത്താണ്. അലബാമയിലെ വലിയൊരു ഭൂവിഭാഗം സ്വന്തമാക്കിയ അദ്ദേഹത്തിന്റെ പുത്രനായിരുന്നു ആർതർ ഹെൻലി കെല്ലർ. 'ട്യൂസ്ക്യൂമ്പിയ നോർത്ത് അലബാമിയൻ' പത്രത്തിന്റെ എഡിറ്ററായി വർഷങ്ങളോളം ചിലവഴിക്കുകയും കോൺഫെഡറേറ്റ് ആർമിയിൽ ക്യാപ്റ്റനായി സേവനമനുഷ്ഠിക്കുകയും ചെയ്തിരുന്ന ആർതറിന് ആദ്യവിവാഹത്തിൽ ജയിംസ് മക്ഡൊണാൾഡ് കെല്ലർ എന്നും വില്യം സിംപ്സൺ കെല്ലർ എന്നും പേരുള്ള രണ്ടു ആൺമക്കൾ ജനിച്ചു. തുടർന്ന് അദ്ദേഹം കോൺഫെഡറേറ്റ് ആർമിയിലെ ജനറൽ ആയിരുന്ന ചാൾസ് ഡബ്ള്യൂ ആഡംസിന്റെ പുത്രി കാതറീൻ എവററ്റ് ആഡംസിനെ വിവാഹം കഴിച്ചു. കെയ്റ്റ് എന്ന് ആയിരുന്നു അവരുടെ വിളിപ്പേര്.

ആർതർ കാതറീൻ ദമ്പതിമാരുടെ മൂത്ത മകളായിട്ടാണ് 1880 ജൂൺ ഇരുപത്തിയേഴിനു ഹെലൻ കെല്ലർ ജനിച്ചത്. പിൽക്കാലത്തു അവർക്ക് മിൽഡ്രഡ് കാംപ്ബെൽ കെല്ലർ ടൈസൺ എന്നും ഫിലിപ് ബ്രൂക്ക്സ് കെല്ലർ എന്നും പേരായ രണ്ടു മക്കൾ കൂടി പിറന്നു.

ഐവി ഗ്രീൻ

അക്കാലത്ത് അലബാമയിലും മെക്സിക്കൻ അതിർത്തി പ്രദേശങ്ങളിൽ പൊതുവെയും ഉള്ള ധനാഢ്യരായ അമേരിക്കക്കാരുടെ ഭവനങ്ങളിൽ പ്രധാന ഭവനത്തിൽ നിന്നും മാറി ഒരു വീട് കൂടി പണികഴിപ്പിക്കാറുണ്ടായിരുന്നു. വീട്ടിലെ പ്രധാന പരിചാരകർക്കോ അതിഥികൾക്കോ താമസിക്കാൻ ഉദ്ദേശിച്ചു പണിയുന്ന അത്തരം ഒരു ഭവനത്തിലാണ് ആർതർ കെല്ലർ-കെയ്റ്റ് ദമ്പതിമാർ തങ്ങളുടെ കുടുംബജീവിതം ആരംഭിക്കുന്നത്. മനോഹരമായ ഒരു പൂന്തോട്ടത്തിനു നടുവിലായി സ്ഥിതിചെയ്തിരുന്ന ആ ഭവനം 'ഐവി

ഗ്രീൻ' എന്നാണ് അറിയപ്പെട്ടിരുന്നത്. ഐവി അഥവാ വീട്ടു പരിസരങ്ങളിൽ വളരുന്ന വള്ളിച്ചെടികളാലും പൂച്ചെടികളാലും സമൃദ്ധമായിരുന്ന ആ ഭവനത്തിലാണ് കൊച്ചു ഹെലനും സഹോദരങ്ങളും തങ്ങളുടെ കുട്ടിക്കാലം ചിലവഴിച്ചത്.

ആയിരത്തി എണ്ണൂറ്റി ഇരുപതിൽ പണികഴിപ്പിക്കപ്പെട്ട ഐവി ഗ്രീൻ ഭവനത്തിൽ താഴത്തെ നിലയിൽ നാല് വലിയ മുറികളും അവയുടെ മധ്യത്തിലായി ഒരു വലിയ ഹാളും ഉണ്ടായിരുന്നു. ശീതകാലത്തെ പ്രതിരോധിക്കാൻ ഓരോ മുറിയിലും നെരിപ്പോടുകളും അവിടെ സജ്ജീകരിച്ചിരുന്നു. മുകളിലത്തെ നിലയിൽ ആകട്ടെ മൂന്നു വലിയ മുറികളും ഒരു ഹാളും ആണ് ഉണ്ടായിരുന്നത്.

ട്യൂസ്ക്യൂമ്പിയയിൽ 640 ഏക്കർ സ്ഥലത്ത് സ്ഥിതി ചെയ്യുന്ന ഐവി ഗ്രീൻ 1820-ൽ ആർതർ കെല്ലറുടെ മാതാപിതാക്കളായ ഡേവിഡ് കെല്ലർ, മേരി ഫെയർഫാക്സ് മൂർ കെല്ലർ എന്നിവർ പണികഴിപ്പിച്ചതാണ്.

ക്യാപ്റ്റൻ ആർതർ എച്ച്. കെല്ലർ തന്റെ വധു, കേറ്റ് ആഡംസിനെ ഐവി ഗ്രീൻ എന്ന വീട്ടിലേക്ക് കൊണ്ടുവന്നപ്പോൾ അവർക്ക് സൗകര്യപ്രദമാകത്തക്ക വിധം ഈ വീട്ടിൽ മാറ്റങ്ങൾ വരുത്തിയിരുന്നു. പിന്നീട്, ഈ കോട്ടേജ് ഹെലന്റെയും അവളുടെ അധ്യാപികയായ ആനി സള്ളിവന്റെയും താമസസ്ഥലമായി വർത്തിച്ചു.

ഇന്ന് ഐവി ഗ്രീൻ ഭവനം ഒരു മ്യൂസിയവും ഗവേഷണ കേന്ദ്രവും ഒക്കെ ആയി സംരക്ഷിക്കപ്പെട്ടിട്ടുണ്ട്. വീടും മ്യൂസിയം മുറിയും കെല്ലർ കുടുംബത്തിന്റെ യഥാർത്ഥ ഫർണിച്ചറുകൾ കൊണ്ട് അലങ്കരിച്ചിരിക്കുന്നു. ലോകത്തെ അന്ധരും ബധിരരുമായ ആളുകളുടെ ഉന്നമനത്തിനായി 25 രാജ്യങ്ങളിൽ പ്രവർത്തിച്ച ഹെലൻ കെല്ലറുടെ നൂറുകണക്കിന് വ്യക്തിഗത സ്മരണികകളും പുസ്തകങ്ങളും സമ്മാനങ്ങളും ഒക്കെ അവിടെ പലവിധത്തിൽ സംരക്ഷിക്കപ്പെട്ടിരിക്കുന്നു. ബ്രെയിൽ പുസ്തകങ്ങളുടെ പൂർണ്ണമായ ലൈബ്രറിയും ഹെലൻ ഉപയോഗിച്ചിരുന്ന യഥാർത്ഥ ബ്രെയിൽ ടൈപ്പ്റൈറ്ററും അവിടെയുണ്ട്.

റോസാപ്പൂക്കൾ, ഹണിസക്കിൾ, സ്മൈലാക്സ്, ധാരാളം ഇംഗ്ലീഷ് വള്ളിച്ചെടികൾ എന്നിവയാൽ വലയം ചെയ്യപ്പെട്ട ഒരു പൂന്തോട്ടത്തിലാണ് ഐവി ഗ്രീൻ കോട്ടേജ് നിലനിൽക്കുന്നത്. ഇംഗ്ലീഷ് ബോക്സ് വുഡ്സ്, മഗ്നോളിയ, മിമോസ എന്നിവ ആ വീടിന്റെ പരിസരം മനോഹരമാക്കുന്നു. പൂന്തോട്ടങ്ങളാൽ സമ്പന്നമായ വീട്ടിൽ അതൊന്നും കാണാൻ അന്ന് ഹെലന് ഭാഗ്യമുണ്ടായില്ലെന്നു മാത്രം.

അസുഖബാധയും നഷ്ടങ്ങളും

ഹെലൻ കെല്ലർക്ക് ഏതാണ്ട് പത്തൊൻപതു മാസം പ്രായമുള്ളപ്പോഴാണ് ഗുരുതരമായ മസ്തിഷ്കജ്വരം അവരെ ബാധിക്കുന്നത്. വൈദ്യശാസ്ത്രം ഇന്നത്തെ അത്ര പുരോഗമിച്ചിട്ടില്ലാത്ത അക്കാലത്തു 'വയറിന്റെയും തലച്ചോറിന്റെയും ചില തടസങ്ങൾ' എന്ന രീതിയിലാണ് ഡോക്ടർമാർ കുഞ്ഞു ഹെലന്റെ അസുഖത്തെ മനസിലാക്കിയത്. അവരുടെ പക്കലാകട്ടെ രോഗാവസ്ഥയെ നിയന്ത്രിക്കാനുള്ള മാർഗ്ഗങ്ങളും ഇല്ലായിരുന്നു. അസുഖബാധ കുഞ്ഞു ഹെലന്റെ കാഴ്ചശക്തിയും, കേൾവിക്ഷമതയും കവർന്നു. തുടർ ജീവിതം ഇരുളിലും, നിശ്ശബ്ദതയിലും കഴിച്ചു കൂട്ടാൻ ഹെലൻ നിർബന്ധിതയായി. 'കനത്ത മൂടൽമഞ്ഞിൽ' എന്ന് പിൽക്കാലത്തു ഹെലൻ തന്നെ ഈ അവസ്ഥയെ വിശേഷിപ്പിക്കുകയുണ്ടായി.

നിറഭംഗിയുള്ള ലോകത്തിന്റെ ആകർഷണീയതയിലും, ഇമ്പമുള്ള കേൾവികളിലും വേണ്ടവിധം അഭിരമിക്കാൻ ആവുന്നതിനു മുൻപ് തന്നെ അവയൊക്കെ നഷ്ടമായതുകൊണ്ടാവണം കൊച്ചു ഹെലന് അസുഖം തന്നിൽ അടിച്ചേൽപ്പിച്ച ആ കുറവുകളെ കുറിച്ച് ആദ്യമൊന്നും ഒരുതരത്തിലുമുള്ള അറിവുണ്ടായിരുന്നില്ല. എന്നാൽ മെല്ലെ മെല്ലെ മറ്റുള്ളവർക്ക് സംസാരിക്കാൻ ആവുന്നു എന്നത് അവൾ തിരിച്ചറിഞ്ഞു. ആ തിരിച്ചറിവ് അവളെ വല്ലാത്തൊരു മാനസികാവസ്ഥയിലേക്ക് നയിച്ചിട്ടുണ്ടാവണം. വിഷാദാത്മകതയും, പിടിവാശിയും കൊച്ചു ഹെലനെ പിടികൂടി.

കുഞ്ഞു ഹെലനാകട്ടെ അക്കാലത്ത് ഈ പരിമിതികൾ നൽകുന്ന സമ്മർദങ്ങളും സംഘർഷങ്ങളും തന്നിൽ അവശേഷിക്കുന്ന ഇന്ദ്രിയ ശേഷികൾ കൊണ്ട് മറികടക്കാനുള്ള ശ്രമങ്ങൾ നടത്തിയിരുന്നുതാനും. ഐവി ഗ്രീൻ ഭവനത്തിലെ പൂന്തോട്ടത്തിലെ ഓരോ ചെടിയോടും അവൾ സ്പർശനത്തിലൂടെ, ഗന്ധം തിരിച്ചറിയുന്നതിലൂടെ സംവേദനം നടത്തി. ഓരോ വസ്തുവും സ്പർശിച്ചു കൊണ്ട് അതേക്കുറിച്ചു അവളുടെ മനസിലൊരു ചിത്രം സൃഷ്ടിക്കാൻ ശ്രമിച്ചു പോന്നു. അതെ സമയം കൂടുതൽ അറിയാൻ ആവാതെ പോകുന്നത് അവളെ ക്ഷിപ്രകോപിയും ചിലപ്പോൾ കുസൃതിക്കാരിയും ആക്കി മാറ്റി.

ഹെലൻ കെല്ലറുടെ അമ്മ കെയ്റ്റ് ആഡംസ് കെല്ലർ കുഞ്ഞു ഹെലന്റെ ഈ വൈകാരിക അവസ്ഥയിൽ വളരെ അധികം ദുഃഖിതയായിരുന്നു. അവളെ ഊർജസ്വലയാക്കാനും മെച്ചപ്പെട്ട ജീവിതത്തിലേക്ക് കൈപിടിച്ച് നടത്താനും ഏതൊരു മാതാവിനെയും പോ

ലെ അവരും ആഗ്രഹിച്ചിരുന്നു. എന്നാൽ അതിനു പോംവഴികളൊന്നും സാർവത്രികമായ രീതിയിൽ അന്ന് ലഭ്യമായിരുന്നില്ലതാനും.

ഈ സമയത്താണ് ചാൾസ് ഡിക്കൻസിന്റെ അമേരിക്കൻ യാത്രാവിവരണമായ 'അമേരിക്കൻ നോട്സ്' എന്ന യാത്രാവിവരണം അവർ വായിക്കുന്നത്. അമേരിക്കയിലെ ആദ്യത്തെ ഇംഗ്ളീഷ് വിദ്യാഭ്യാസം നേടിയ വനിതയായ 'ലോറ ഡേവി ലിൻ ബ്രിഡ്ജ്മാന്റെ' വിദ്യാഭ്യാസവും ജീവിതവും ഒക്കെ ചാൾസ് ഡിക്കൻസ് തന്റെ പുസ്തകത്തിൽ വിവരിച്ചിരുന്നു. കെയ്റ്റ് ആഡംസ് കെല്ലർക്ക് ലോറയുടെ ജീവിതം പ്രചോദനമായി. തന്റെ മകളുടെ ജീവിതത്തിൽ അറിവിന്റെ പ്രകാശം വേണ്ടതാണെന്നു അവർ ഉറപ്പിച്ചു.

ലോറ ഡേവി ബ്രിഡ്മാൻ

ലോറ ഡേവി ബ്രിഡ്മാൻ ഇംഗ്ലീഷ് ഭാഷയിൽ കാര്യമായ വിദ്യാഭ്യാസം നേടിയ ആദ്യത്തെ അന്ധ- ബധിര വനിതയായി അറിയപ്പെടുന്നു. രണ്ടാം വയസ്സിൽ സ്കാർലറ്റ് ഫീവർ ബാധിച്ചതിനെത്തുടർന്നാണ് അവർക്ക് കാഴ്ച ശക്തിയും കേൾവിയും നഷ്ടമാകുന്നത്. തുടർന്ന് പെർകിൻസ് ഇൻസ്റ്റിറ്റ്യൂഷൻ ഫോർ ദി ബ്ലൈൻഡിൽ ചേർന്ന ലോറാ ബ്രിഡ്ജ്മാൻ അവിടെ 'സാമുവൽ ഗ്രിഡ്ലി ഹോവെയുടെ' നിർദ്ദേശപ്രകാരം ബ്രെയിലിയും 'ചാൾസ്-മൈക്കൽ ഡി എൽ എപ്പി' വികസിപ്പിച്ച മാനുവൽ അക്ഷരമാലയും ഉപയോഗിച്ച് വായിക്കാനും ആശയവിനിമയം നടത്താനുമുള്ള കഴിവുകൾ നേടിയെടുത്തു.

ജന്മനാ തന്നെ അസുഖങ്ങൾ വേട്ടയാടിയിരുന്നു ലോറയ്ക്ക് കാഴ്ചയും കേൾവിയും നഷ്ടമായതോടെ വീട്ടിൽ അവൾക്ക് അർഹിക്കുന്ന പരിഗണന ലഭ്യമാകാതെയായി. ശക്തമായി തറയിൽ ചവുട്ടി പ്രകമ്പനങ്ങൾ സൃഷ്ടിച്ചു അവളെ ഭയപ്പെടുത്തുമായിരുന്നുവത്രെ അവളുടെ പിതാവ്! എന്നാൽ കുട്ടിക്കാലത്ത് ലോറയുടെ ഭവനത്തിലെ വേലക്കാരനായിരുന്ന 'ആസാ ടെന്നി' എന്ന ദയാലുവായ മനുഷ്യനിൽ നിന്ന് 'അബെനാക്കി' എന്ന അമേരിക്കൻ ഇന്ത്യൻ ഗോത്രം ഉപയോഗിച്ചിരുന്ന വിരൽ ചലനങ്ങൾ ഉപയോഗിച്ച് സംവേദനം സാധ്യമാക്കുന്ന ഒരുതരം ആംഗ്യഭാഷ കുറെയൊക്കെ പഠിക്കാനും അതുപയോഗിക്കാനും അവർക്ക് സാധിച്ചിരുന്നു. പെർകിൻസ് ഇൻസ്റ്റിട്യൂട്ടിൽ പ്രവേശിക്കപ്പെട്ടപ്പോൾ കൂടുതൽ എളുപ്പത്തിൽ പഠനം സാധ്യമാക്കാൻ ലോറക്ക് കഴിഞ്ഞത് ഈ അടിസ്ഥാന വിദ്യാഭ്യാസത്തിന്റെ കൂടി സഹായം ഉണ്ടായിരുന്നത് കൊണ്ടായി

രുന്നു. പെർകിൻസ് ഇൻസ്റ്റിറ്റ്യൂട്ട് ഡയറക്ടർ ആയിരുന്ന സാമുവൽ ഗ്രിഡ്‌ലീ ഹോവ് തന്റെ അന്ധരും ബധിരരുമായ വിദ്യാർത്ഥികൾക്കായി ഒരു ഭാഷാ രീതി വികസിപ്പിക്കാൻ ശ്രമിച്ചിരുന്ന ആളായിരുന്നു. ലൂയിസ് ബ്രെയ്‌ലി എഴുത്തു രീതി ഉപയോഗിച്ച് വായിക്കാനും എഴുതാനും പഠിപ്പിക്കണം എങ്കിൽ വിദ്യാർത്ഥികൾക്ക് കേൾവിശക്തി ഉണ്ടാവേണ്ടിയിരുന്നു. കാണാനും കേൾക്കാനും ആവാത്തവരെ പഠിപ്പിക്കാൻ സ്പർശനം അടിസ്ഥാനമാക്കി ഒരു രീതി കണ്ടെത്തുക എന്നതായിരുന്നു ഹോവിന്റെ ആശയം.

'സ്പർശനങ്ങൾ സ്വതന്ത്ര സംവേദനാത്മക ശേഷിയുള്ളവയാണ്' എന്ന ഫ്രഞ്ച് ചിന്തകനായ ഡെനിസ് ദിദറോട്ടിന്റെ ആശയത്തെ പിൻപറ്റി ഹോവ് തന്റേതായ ശൈലിയിൽ ഒരു രീതി കണ്ടെത്താനുള്ള ശ്രമം നടത്തുകയും ആദ്യ ഘട്ടമായി ഹോവിന്റെ സഹായിയായിരുന്ന ലിഡിയ ഹാളിന്റെ സഹായത്തോടെ പ്രതലത്തിൽ പൊങ്ങി നിൽക്കുന്ന അക്ഷരങ്ങൾ ഉപയോഗിച്ചു കൊണ്ട് കാഴ്ചശേഷിയില്ലാത്തവർക്ക് വേണ്ടി ഒരു രീതി പരീക്ഷിക്കുകയും ചെയ്തു. എന്നാൽ അത് വേണ്ടത്ര സഫലമായിരുന്നില്ല. അതിനാൽ അദ്ദേഹം കൈപ്പത്തികളിലെ വിവിധ പോയിന്റുകൾ അടിസ്ഥാനമാക്കി മറ്റൊരു രീതി വികസിപ്പിക്കുകയും ഈ പോയിന്റുകൾ എഴുത്തു പ്രതലത്തിൽ നിന്ന് ഉയർന്നു നിൽക്കുന്ന തരത്തിൽ ഒരു എഴുത്തുരീതിയും കണ്ടെത്തുകയുണ്ടായി.

ഹോവിന്റെ പുതിയ രീതി ലോറയെ അതിവേഗം ഭാഷാപഠനം നടത്താൻ സഹായിച്ചു. അക്കങ്ങളും അക്ഷരമാലയും പഠിച്ചെടുത്തു കൊണ്ട് അവൾ പഠനത്തിൽ മുന്നേറിയത് അങ്ങനെയാണ്. പിൽക്കാലത്തു ഭക്തകവിതകളും ചെറു കുറിപ്പുകളും എഴുതാൻ പോലും അവർക്ക് പ്രാപ്യമായി. ഡിക്കൻസിന്റെ പുസ്തകത്തിലെ വിവരണത്തോടെ അവർ പ്രശസ്തയുമായി. കാഴ്ചയ്ക്കും കേൾവിക്കും ബുദ്ധിമുട്ടുള്ളവരുടെ കൂട്ടത്തിൽ നിന്ന് ആദ്യമായി വിദ്യാസമ്പന്നയായ അമേരിക്കൻ വനിത എന്ന നിലയിൽ അവർ അറിയപ്പെടുന്നു.

ചാൾസ് ഡിക്കൻസിന്റെ പുസ്തകവും – പുതിയ വെളിച്ചവും

ചാൾസ് ഡിക്കൻസിന്റെ അമേരിക്കൻ പര്യടനത്തിന്റെ വിവരണം വായിച്ച കൊച്ചു ഹെലന്റെ അമ്മ കെയ്റ്റ് ആഡംസ് കെല്ലർ, അതിൽ വിവരിക്കപ്പെട്ട ലോറ ബ്രിഡ്ജ്മാന്റെ ജീവിതകഥയിൽ ആകൃഷ്ടയായി. തന്റെ മകൾക്കും ലോറയ്ക്കും ചില സമാനതകൾ

ഉണ്ടെന്ന് അവർക്ക് തോന്നി. ലോറയുടെ പാത പിന്തുടർന്നാൽ അവൾക്കും നല്ലൊരു ഭാവിയുണ്ടാക്കാൻ അത് ഉതകും എന്നവർക്ക് ഉറപ്പായിരുന്നു. അവർ ഹെലനെ അച്ഛനോടൊപ്പം ഇഎൻടി വിഭാഗത്തിൽ വിദഗ്ധനായിരുന്ന ബാൾട്ടിമൂറിലെ ഡോക്ടർ ജൂലിയൻ ഷിസോമിന്റെ അടുക്കൽ പരിശോധനയ്ക്കായി അയച്ചു.

ജൂലിയൻ ഷിസോം ഹെലന്റെ വിഷയം അക്കാലത്തു ബധിരരായ ചില വിദ്യാർത്ഥികൾക്കൊപ്പം ചില ഗവേഷണങ്ങൾ നടത്തിയിരുന്ന പ്രശസ്ത ശാസ്ത്രജ്ഞൻ അലക്സാണ്ടർ ഗ്രഹാംബെല്ലിന്റെ ശ്രദ്ധയിൽപ്പെടുത്തുകയുണ്ടായി. ഗ്രഹാംബെൽ ആണ് ഹെലനെ പെർകിൻസ് ഇൻസ്റ്റിറ്റ്യൂട്ടിന്റെ സഹായം തേടാൻ നിർദേശിക്കുന്നത്. അക്കാലത്തു ഇൻസ്റ്റിറ്റ്യൂട്ട് തലവനായിരുന്ന മൈക്കൽ അനഗനോസ് പെർക്കിൻസണിലെ പൂർവ വിദ്യാർഥിനിയായിരുന്ന ആനി സള്ളിവനെ ഹെലന്റെ ഗവർണസ് ആയി അയക്കാം എന്ന് ഉറപ്പ് നൽകി.

അക്കാലത്തെ യൂറോപ്യൻ/അമേരിക്കൻ ഭവനങ്ങളിൽ കുട്ടികൾക്കൊപ്പം താമസിച്ചു അവരെ പഠിപ്പിക്കുന്ന ഗൃഹാധ്യാപികമാരെ നിയോഗിക്കുക പതിവായിരുന്നു. ഭാഷ, ഗണിതം, ശാസ്ത്രം, ചരിത്രം തുടങ്ങിയ സാധാരണ പാഠ്യവിഷയങ്ങൾക്കൊപ്പം പൊതു ഇടങ്ങളിലെ പെരുമാറ്റം, വീടൊരുക്കൽ തുടങ്ങി ഒരു കുട്ടിയെ അക്കാലത്തെ സംസ്കാരത്തിന് അനുസരിച്ചു വളർത്തിയെടുക്കുക എന്ന ജോലിയായിരുന്നു ഇത്തരം ഗൃഹാധ്യാപികമാർക്ക് ഉണ്ടായിരുന്നത്. കാഴ്ചയും കേൾവിയും നഷ്ടപ്പെട്ട ഹെലന് അത്തരം ഒരു മുഴുവൻ സമയ അദ്ധ്യാപികയുടെ അല്ലെങ്കിൽ സഹചാരിയുടെ സാന്നിദ്ധ്യം ഗുണപരമായിരിക്കുമെന്നു പാർകിൻസ് ഇൻസ്റ്റിറ്റ്യൂട്ട് ഡയറക്ടർ അന്ഗനോസ് കണക്കുകൂട്ടി. അതിനു ഏറ്റവും ഉചിതം സമാനമായ സാഹചര്യം അതിജീവിച്ച ആനി സള്ളിവൻ തന്നെയാവുമെന്നും അദ്ദേഹം കരുതി. അങ്ങനെയാണ് ഹെലനു വേണ്ടി ആനി സള്ളിവൻ നിയമിക്കപ്പെട്ടത്.

ആനി സള്ളിവൻ

ആയിരത്തി എണ്ണൂറുകളുടെ ആദ്യ പകുതിയിൽ യൂറോപ്യൻ രാജ്യമായ അയർലണ്ടിൽ ഉടനീളം മഹാക്ഷാമത്തിന്റെ കാലമായിരുന്നു. അക്കാലത്ത് യൂറോപ്പിൽ പടർന്നു പിടിച്ച ഉരുളക്കിഴങ്ങ് വിളയെ നശിപ്പിച്ച ഒരു അണുബാധ പ്രധാനമായും ഉരുളക്കിഴങ്ങു വിളയെ ആശ്രയിച്ചിരുന്ന കർഷകർ തിങ്ങിപ്പാർത്തിരുന്ന അയർല

ണ്ടിന്റെ സ്ഥിതി വഷളാക്കി. ദാരിദ്ര്യവും പട്ടിണിമരണങ്ങളും വൻതോതിൽ വർധിച്ചതോടെ അവിടങ്ങളിലെ പല കർഷക കുടുംബങ്ങളും രാജ്യം വിട്ടു പോകാൻ നിർബന്ധിതരായി.

അങ്ങനെ അയർലൻഡിൽ നിന്നും അമേരിക്കയിലേക്ക് കുടിയേറിയ തോമസ്-ആലീസ് ക്ളോസെ സള്ളിവൻ ദമ്പതിമാരുടെ മൂത്തമകളായി ആയിരത്തി എണ്ണൂറ്റി അറുപത്തിയാറിലായിരുന്നു ആനി സള്ളിവൻ ജനിച്ചത്.

ആനിക്ക് അഞ്ചുവയസുള്ളപ്പോൾ കണ്ണുകളെ ബാധിക്കുന്ന ട്രക്കോമ എന്ന ബാക്ട്രീയ നിമിത്തമുണ്ടാകുന്ന അസുഖം അവളെ പിടികൂടി. ആനിയുടെ കാഴ്ചശക്തിയെ വളരെ ഗുരുതരമായി ബാധിച്ച ട്രാക്കോമ അവളെ ഏതാണ്ട് പൂർണമായും അന്ധയാക്കി മാറ്റുന്ന അവസ്ഥയിലേക്ക് എത്തിച്ചു.

അവളുടെ കുട്ടിക്കാലത്തെ ജീവിതത്തിലെ ദുരന്തങ്ങൾ അവിടെ അവസാനിച്ചില്ല. ആനിക്ക് എട്ടുവയസുള്ളപ്പോൾ അവളുടെ മാതാവ് ആലീസ് ക്ളോസെ സള്ളിവൻ ക്ഷയരോഗത്തിനു അടിപ്പെട്ട് മരണമടഞ്ഞു. അതോടെ ആനിയും അവളുടെ സഹോദരങ്ങളായ ജിമ്മിയും, മേരിയും അച്ഛന്റെ സംരക്ഷണയിലായി.

തന്റെ കുറഞ്ഞ വരുമാനം കൊണ്ട് കുട്ടികളെ നേരെ വളർത്താൻ ആവില്ലെന്ന് തോന്നിയതോടെ ആനിയുടെ പിതാവ് തോമസ് ഇളയ കുട്ടി മേരിയെ അവളുടെ ഒരു അമ്മായിയെ വളർത്താൻ ഏല്പിക്കയും ആനി സള്ളിവനെയും, ജിമ്മിയെയും മസാച്യുസെറ്റ്സിലെ ട്യുക്സ്ബറി എന്ന ഇടത്തെ അനാഥർക്കും പാവങ്ങൾക്കുമുള്ള ആലയത്തിൽ ഏൽപ്പിക്കുകയും ചെയ്തു. ഏതാണ്ട് നാലുമാസത്തിനു ശേഷം ആനിയുടെ സഹോദരൻ ക്ഷയരോഗബാധിതനായി മരണമടഞ്ഞു. അതിനിടെ അവളുടെ കാഴ്ചശക്തി വീണ്ടെടുക്കാൻ നടത്തിയ രണ്ടു ശസ്ത്രക്രിയകൾ പരാജയപ്പെടുകയും ചെയ്തു.

ട്യുക്സ്ബറിയിലെ അഗതിമന്ദിരം അന്തേവാസികളോടുള്ള പെരുമാറ്റത്തിന്റെ പേരിൽ കുപ്രസിദ്ധി ആർജിച്ചിരുന്ന ഒന്നായിരുന്നു. ലൈംഗീക പീഡന വാർത്തകളും നരഭോജ്യ വാർത്തകളും ആ സ്ഥാപനത്തിന്റെ പേരിൽ ആരോപിക്കപ്പെട്ടിരുന്നു. ഇക്കാര്യത്തെ കുറിച്ച് അന്വേഷിക്കാൻ മസാച്ചുസെറ്റ്സ് ബോർഡ് ഓഫ് ചാരിറ്റിസ് തീരുമാനിക്കുന്നത് ആ അവസരത്തിലാണ്. അതിനായി നിയോഗിക്കപ്പെട്ടതാകട്ടെ ബോർഡ് ഓഫ് ചാരിറ്റിസിന്റെ തലവനായിരുന്ന സാമുവൽ ബെഞ്ചമിൻ സാൻബോണും പെർകിൻസ്

ഇൻസ്റ്റിറ്റ്യൂട്ട് തലവനായിരുന്ന സാമുവൽ ഗ്രിഡ്‌ലീ ഹോവും നേതൃത്വം നൽകിയ ഒരു സംഘം ആയിരുന്നു.

രണ്ടു വർഷത്തിന് ശേഷം ആനിയുടെ കാഴ്ചശക്തി തിരികെ ലഭിക്കാനുള്ള ശ്രമങ്ങളിൽ ഒരു ഓപ്പറേഷൻ കൂടി നടത്തുകയുണ്ടായി. എന്നാൽ അതും പരാജയപ്പെട്ടു. എങ്കിലും ഓപ്പറേഷന് ശേഷം ആനി തിരികെ അഗതിമന്ദിരത്തിൽ എത്തുന്നതിനു പകരം കുറച്ചു മാസങ്ങൾ അവരുടെ ഓപ്പറേഷൻ നടന്ന ആശുപത്രിയിൽ സേവനത്തിനായി വിനിയോഗിക്കുകയും ചെയ്തു. ഒടുവിൽ തിരികെ എത്തുമ്പോൾ ആദ്യം അഗതിമന്ദിരത്തിലെ മാനസിക ബുദ്ധിമുട്ടുകൾ നേരിട്ടിരുന്ന ആളുകൾക്കൊപ്പം താമസിക്കപ്പെട്ടിരുന്ന ആനിയെ അവിവാഹിതരായ അമ്മമാരും ഗർഭവതികളും താമസിച്ചിരുന്ന ഇടത്തേക്ക് മാറ്റി പാർപ്പിച്ചു.

ആയിരത്തി എണ്ണൂറ്റി എൺപതിൽ അപ്പോഴേക്കും സ്റ്റേറ്റ് ചാരിറ്റിസിന്റെ ഇൻസ്പെക്ടർ പദവിയിലേക്ക് ഉയർത്തപ്പെട്ടിരുന്ന സാമുവൽ ബെഞ്ചമിൻ സാൻബോൺ വീണ്ടും ആനി താമസിച്ചിരുന്ന അഗതിമന്ദിരം സന്ദർശിച്ചു. ആ അവസരത്തിൽ ആനി അദ്ദേഹത്തോട് പെർകിൻസ് ഇൻസ്റ്റിറ്റ്യൂട്ടിൽ പഠിക്കാൻ അവസരം വേണം എന്ന് അഭ്യർത്ഥിച്ചു. പിൽക്കാലത്ത് അത് അനുവദിക്കപ്പെടുകയും ചെയ്തു.

പെർകിൻസ് ഇൻസ്റ്റിറ്റ്യൂട്ടിൽ ആനി സള്ളിവന്റെ വിദ്യാഭ്യാസം തുടക്കത്തിൽ അത്ര സുഖകരമായിരുന്നില്ല. ജീവിത സാഹചര്യങ്ങൾ അടിച്ചേൽപ്പിച്ച പരുക്കൻ പെരുമാറ്റരീതി അവളെ മറ്റുള്ളവരിൽ നിന്ന് ഇത്തിരി അകലത്തിൽ സൂക്ഷിച്ചു എന്നതായിരുന്നു കാരണം. എന്നാൽ ചില മികച്ച അധ്യാപകരുടെ ഇടപെടലുകൾ കൊണ്ട് അവൾ ആ സാഹചര്യങ്ങളോട് മെല്ലെ ഇഴുകി ചേർന്നു. ഇതിനിടെ അവളുടെ കാഴ്ചശക്തി തിരികെ നേടാൻ നടത്തിയ ചില ശാസ്ത്രക്രിയകളിലൂടെ നല്ലൊരു ശതമാനം കാഴ്ചയും തിരികെ നേടാൻ ആനിക്ക് കഴിഞ്ഞിരുന്നു.

ഹസ്തസംജ്ഞകൾ കൊണ്ട് സംവേദനം സാധ്യമാക്കുന്ന മാനുവൽ അക്ഷരമാല പഠിച്ചെടുത്ത ആനി അവിടെ വച്ച് ലോറ ബ്രിഡ്ജ്മാനെ കണ്ടെത്തുന്നതോടെ അവളുടെ പഠനത്തിന്റെ ഗതിവേഗം തന്നെ മാറി. ആയിരത്തി എണ്ണൂറ്റി എൺപത്താറിൽ ആനി സള്ളിവൻ മികച്ച വിദ്യാർത്ഥികൾക്ക് ലഭിക്കുന്ന 'വാലേ ഡിക്ടോറിയൻ' എന്ന പദവിയോടെ അവിടെ ബിരുദപഠനം മികച്ച രീതിയിൽ പൂർത്തിയാക്കി.

ആനിയും ഹെലനും കണ്ടു മുട്ടുന്നു

ആനി സള്ളിവൻ ബിരുദം മികച്ച നിലയിൽ നേടിയെടുത്ത ശേഷമുള്ള വേനൽക്കാലത്താണ് ആർതർ കെല്ലർ ഗ്രഹാംബെല്ലിന്റെ നിർദേശപ്രകാരം പെർകിൻസ് ഇൻസ്റ്റിറ്റ്യൂട്ട് അധ്യക്ഷനായ മൈക്കൽ അന്ഗനോസിനെ കാണുന്നത്. കുട്ടിക്കാലത്തെ അസുഖബാധ കാഴ്ചയും കേൾവിയും നഷ്ടമാക്കിയ തന്റെ പുത്രിക്ക് ഗൃഹാധ്യാപികയെ ആവശ്യമുണ്ടെന്ന ആർതറിന്റെ ആവശ്യവും ആനി സള്ളിവന്റെ സവിശേഷ ജീവിത സാഹചര്യവും തമ്മിൽ പൊരുത്തപ്പെടുമെന്നു മൈക്കൽ കണക്കുകൂട്ടി. അങ്ങനെയാണ് ആനി സള്ളിവനെ ഹെലൻ കെല്ലറുടെ അധ്യാപികയായി മൈക്കൽ ശുപാർശ ചെയ്യുന്നത്. അത് അംഗീകരിച്ച കെല്ലർ കുടുംബം ആനിയെ തങ്ങളുടെ കുടുംബത്തിലേക്ക് ഗവേർണസ്സ് ആയി സ്വാഗതം ചെയ്തു.

ദാരിദ്ര്യവും, കഷ്ടപ്പാടുകളും, ചൂഷകരുടെ ഇടപെടലുകളും, ശാരീരിക ബുദ്ധിമുട്ടുകളും ആവോളം സഹിച്ചു വളർന്നു വന്ന സാഹചര്യം ആനി സള്ളിവനെ ഒരു സ്വാതന്ത്ര്യവാദിയും, സമത്വവാദിയുമൊക്കെ ആക്കിയിരുന്നു. അടിമകളെ സൂക്ഷിക്കുന്നത് അവകാശമായി കണ്ടിരുന്ന കെല്ലർ കുടുംബത്തോട് ഇടപഴകാൻ ആദ്യമൊക്കെ ആനിക്ക് ഇക്കാരണം കൊണ്ട് ബുദ്ധിമുട്ടുണ്ടായിരുന്നു. എന്ന് തന്നെയുമല്ല ആഭ്യന്തര യുദ്ധത്തിന്റെ കാരണങ്ങളും, അടിമ വ്യവസ്ഥയും സംബന്ധിച്ചുള്ള തന്റെ വീക്ഷണങ്ങൾ ഉപയോഗിച്ച് കെല്ലർ കുടുംബവുമായി തർക്കത്തിലേർപ്പെടാൻ പോലും അവൾ മടിച്ചിരുന്നുമില്ല. ഇങ്ങനെയൊക്കെയായിരുന്നുവെങ്കിലും ഹെലനും ആനിയും വളരെ പെട്ടെന്ന് തന്നെ അടുപ്പത്തിലായി. ആ അടുപ്പമാകട്ടെ ഏതാണ്ട് അര നൂറ്റാണ്ടുകാലത്തോളം ശക്തമായി തന്നെ നിലകൊള്ളുകയും ചെയ്തു.

ആനി സള്ളിവന്റെ പാഠ്യ സമ്പ്രദായം

അന്ധരായ വിദ്യാർത്ഥികൾക്ക് വേണ്ടി തയാറാക്കപ്പെട്ടിരുന്ന ഒരു പാഠ്യ സമ്പ്രദായമാണ് ആനി സള്ളിവൻ ഹെലന് വേണ്ടി ആദ്യം പരീക്ഷിച്ചത്. എന്നാൽ ഹെലന്റെ കേൾവി ശേഷിയില്ലായ്മ ആ സമ്പ്രദായം ഉപേക്ഷിച്ചു മറ്റു രീതികൾ പരീക്ഷിക്കാൻ അവരെ നിർബന്ധിതയാക്കി. അങ്ങനെ സ്പർശനത്തിൽ അധിഷ്ഠിതമായ ഒരു പാഠ്യ സമ്പ്രദായം അവർ പരീക്ഷിക്കയും അത് വിജയിക്കുകയും ചെയ്തു ബ്രെയ്‌ലി ലിപി സമ്പ്രദായവും, അഞ്ഞൂറിലേറെ വാ

ക്കുകളും, ഗുണനപ്പട്ടികയും ഒക്കെ പഠിച്ചെടുക്കാൻ ആറു മാസം കൊണ്ട് ഹെലൻ കഴിഞ്ഞത് ഈ പാഠ്യസമ്പ്രദായത്തിന്റെ വിജയം തന്നെയായിരുന്നു.

മറ്റുള്ളവർ സംസാരിക്കുന്നതു മനസിലാക്കാൻ ഉതകുന്ന 'ടാഡോമ' എന്ന കമ്പനങ്ങൾ അറിയുന്ന രീതിയും ആനി സള്ളിവൻ ഹെലെനെ പഠിപ്പിച്ചിരുന്നു. സംസാരിക്കുന്ന വ്യക്തിയുടെ ചുണ്ടുകളുടെ ചലനങ്ങളും തൊണ്ടയിലെ കമ്പനങ്ങളും ശ്വാസഗതിയും വിരലുകൾ കൊണ്ട് മനസിലാക്കി സംസാരിക്കുന്നത് മനസിലാക്കി എടുക്കുന്ന സവിശേഷ രീതിയായിരുന്നു ഇത്. ഹെലൻ കെല്ലറുടെ ശാരീരിക പ്രശ്നങ്ങളെ മറികടന്നു കൊണ്ട് അവൾക്ക് കാര്യങ്ങൾ മറ്റുള്ളവരിൽ നിന്ന് ഗ്രഹിക്കാൻ ഇതും ഏറെ സഹായകമായിരുന്നു.

ഹെലൻ കെല്ലർ പെർകിൻസ് ഇൻസ്റ്റിറ്റ്യൂട്ടിലേക്ക്

അടിസ്ഥാന വിദ്യാഭ്യാസവും കാര്യങ്ങൾ ഗ്രഹിക്കാനുള്ള സവിശേഷ സംവേദനമാർഗങ്ങളും ഹെലൻ സ്വായത്തമാക്കി എന്ന് മനസിലാക്കിയ ആനി സള്ളിവൻ ഹെലന്റെ ഉന്നത വിദ്യാഭ്യാസത്തെക്കുറിച്ച് കെല്ലർ കുടുംബത്തെ ബോധവത്കരണം നടത്തി. പെർകിൻസ് ഇൻസ്റ്റിറ്റ്യൂട്ട് തന്നെയാണ് അവൾ നിർദേശിച്ചത്. പക്ഷേ, അലബാമയിൽ നിന്നും ആയിരത്തി ഇരുന്നൂറോളം മൈൽ അകലെയുള്ള പെർകിൻസ് ഇൻസ്റ്റിറ്റ്യൂട്ടിൽ പഠിക്കണം എങ്കിൽ ഹെലനെ അവിടെ താമസിപ്പിക്കേണ്ടി വരും എന്നത് കെല്ലർ കുടുംബത്തെ കുഴക്കുന്ന വിഷയമായിരുന്നു. തങ്ങളുടെ വലിയ കുടുംബത്തിന്റെ കാര്യങ്ങൾ വിട്ടു അവൾക്കൊപ്പം താമസിക്കാൻ ഹെലന്റെ മാതാവിനോ മറ്റു കുടുംബങ്ങൾക്കോ ആവുമായിരുന്നില്ല. അങ്ങനെ അക്കാര്യവും ആനി സള്ളിവൻ ഏറ്റെടുത്തു. മസാച്ചുസെറ്റ്സിനു സമീപമുള്ള ബോസ്റ്റൺ നഗരത്തിൽ ഒരു വീട് തരപ്പെടുത്തി. ആദ്യത്തെ ബോസ്റ്റൺ യാത്രയിൽ ആലീസ് കെല്ലറും അവരെ അനുഗമിച്ചിരുന്നു.

ബോസ്റ്റൺ യാത്ര

ഒച്ചവെച്ചു അലോസരപ്പെടുത്തി മറ്റുള്ളവരുടെ ശ്രദ്ധ പിടിച്ചു പറ്റുന്ന പഴയ ഒരു കൊച്ചു കുട്ടിയിൽ നിന്നും ശാന്തയായി കൂടുതൽ കൂടുതൽ അറിയാനുള്ള ആവേശം പ്രകടിപ്പിക്കുന്നൊരുവളായി ഹെലൻ മാറിയിരുന്നു. കാര്യങ്ങളെ പക്വമായി സമീപിക്കാൻ

അവൾക്ക് കഴിഞ്ഞിരുന്നു. ഉള്ളിൽ ഒരുപാട് കുട്ടിത്തവും കുസൃതികളും നിറഞ്ഞ പെൺകുട്ടിയായിരുന്നു ഹെലെനെങ്കിലും പൊതു ഇടങ്ങളിലെ പെരുമാറ്റം ഗൗരവതരമാക്കാൻ അവൾ ശ്രമം ആരംഭിച്ചിരുന്നു.

അലബാമയിൽ നിന്ന് ബോസ്റ്റണിലേക്കുള്ള കൽക്കരി തീവണ്ടി കിതച്ചും അറച്ചുമെങ്കിലും ഇടതടവില്ലാതെ നീങ്ങി. അതിലൊരു കമ്പാർട്‌മെന്റിൽ ആനി സള്ളിവനോട് ചേർന്ന് ഹെലൻ ഇരുന്നിരുന്നു. തീവണ്ടി ബോഗിയുടെ ജനാലയിലൂടെ ആനിക്ക് കാണാൻ ആവുന്ന കാഴ്ചകളെക്കുറിച്ചു അവൾ ജിജ്ഞാസുവായി. ഓഹിയോ നദിയുടെ പ്രധാന പോഷകനദിയായ ടെന്നസി നദി കടക്കുമ്പോൾ ആനി അതിനെക്കുറിച്ച് ഹെലന് പറഞ്ഞു കൊടുത്തു. അമേരിക്കയിലെ ടെന്നസി സംസ്ഥാനത്തിന്റെ ഒരു ഭാഗത്തു നിന്ന് ഉത്ഭവിച്ചു അലബാമയിലൂടെ മസാച്ചുസെറ്റ്സിന്റെ അതിർത്തിരേഖയായി മാറി വീണ്ടും ടെന്നസി സംസ്ഥാനത്തു പ്രവേശിച്ചു ഓഹിയോയിൽ ലയിക്കുന്ന ഏതാണ്ട് ആയിരത്തോളം കിലോമീറ്റർ ദൂരമുള്ള ഈ നദിയെക്കുറിച്ച് കേട്ടപ്പോൾ ഹെലന് വിസ്മയമായി. അലബാമയിൽ നിന്ന് ബോസ്റ്റണിലേക്കുള്ള തീവണ്ടിയിൽ നിന്നും ടെന്നസ്സിയുടെ മനോഹര കാഴ്ച ആനിയിലുടെ ഹെലൻ കണ്ടു.

ജിജ്ഞാസുവായ തന്റെ വിദ്യാർത്ഥിനിക്ക് ടെന്നസി നദിയെക്കുറിച്ചു, അതിന്റെ മനോഹാരിതയെക്കുറിച്ച്, ടെന്നസി തീരത്തെ പരുത്തി കൃഷിയിടങ്ങളെ കുറിച്ച്, കുന്നുകളെയും മലകളെയും കുറിച്ചൊക്കെ വിശദീകരിച്ചു പറഞ്ഞു കൊടുത്തുവെന്നു പിൽക്കാലത്തു ഹെലൻ കെല്ലർ അനുസ്മരിച്ചിട്ടുണ്ട്. തന്റെ ജീവിത കഥയെഴുതിയപ്പോൾ ബോസ്റ്റൺ യാത്ര ഒരു അദ്ധ്യായം ആയി തന്നെ അവൾ പറഞ്ഞത് ആ അനുഭവം അത്രമേൽ ഹൃദ്യമായതു കൊണ്ടാവണമല്ലോ. എന്തായാലും മനഃശാസ്ത്രപരമായും ഹെലൻ എന്ന വിദ്യാർത്ഥിനിയെ അവളുടെ ആഗ്രഹങ്ങൾക്കൊത്തു സന്തോഷിപ്പിക്കാൻ പോന്ന മികവുള്ള അധ്യാപികയായിരുന്നു ആനി സള്ളിവൻ എന്നതിന് ഇതും ഒരു തെളിവായി കാണണം. അദ്ധ്യാപനം എന്നത് കേവലയൊരു തൊഴിലല്ല എന്നും ഒഴിഞ്ഞ പത്രങ്ങൾ പോലെയിരിക്കുന്ന വിദ്യാർത്ഥി മനസുകളിൽ ശരിയായ അറിവുകൾ നേടാനുള്ള ത്വര സൃഷ്ടിക്കയും ആ ത്വര അറിവുകൾ നൽകി പൂർത്തീകരിക്കുകയും ചെയ്യുക എന്ന അധ്യാപന ധർമ്മം ആനി സള്ളിവൻ നിർവഹിച്ചു എന്ന് കരുതാം.

കൊച്ചു കൊച്ചു കാര്യങ്ങൾ എന്ന് നമ്മൾ കരുതുന്ന പലതും

മറ്റുള്ളവർക്ക് എത്ര പ്രിയപ്പെട്ടതാവാമെന്നു തെളിവ് തരുന്ന ചില സംഭവങ്ങൾ കൂടി ഹെലന്റെ ജീവിതത്തിലുണ്ടായിട്ടുണ്ട്. ബോസ്റ്റൺ യാത്രയ്ക്കൊപ്പം അത് കൂടി സ്മരിക്കുന്നത് അവരുടെ അക്കാലത്തെ മനസും വ്യക്തിത്വ സവിശേഷതയും മനസിലാക്കാൻ ഉതകുമെന്നതിനാൽ അത് കൂടി പറയേണ്ടതുണ്ട്.

ക്രിസ്മസ് സമ്മാനമായി ലഭിച്ച ഒരു കാനറീപ്പക്ഷിയാണ് അതിലൊന്ന്. മനോഹരമായി പാടുന്ന നമ്മുടെ നാട്ടിലെ മൈനയുടെ ഒരു ചാർച്ചക്കാരൻ എന്നൊക്കെ പറയാവുന്ന പക്ഷിയാണ് കാനറി. മഞ്ഞ ചുവപ്പ് വെളുപ്പ് തുടങ്ങിയ നിറങ്ങളിൽ ഇത് കാണപ്പെടുന്നു. 'ലിറ്റിൽ ടിം' എന്ന് ഓമനപ്പേരിട്ട് വളർത്തിയ കാനറിപ്പക്ഷി ഹെലന് ഏറെ പ്രീയപ്പെട്ടതായിരുന്നു. ടിമ്മിന്റെ ആഹാരം, കൂടു വൃത്തിയാക്കി സൂക്ഷിക്കൽ അങ്ങനെ എല്ലാ കാര്യങ്ങളും അവൾ നേരിട്ട് തന്നെ ചെയ്തിരുന്ന കാര്യമാണ്. ദൗർഭാഗ്യവശാൽ ടിമ്മിനെ ഹെലന്റെ വീട്ടിൽ കടന്നു കൂടിയ ഒരു പൂച്ച ആഹാരമാക്കി. ടിമ്മിന്റെ വിയോഗം ഹെലെനെ ഏറെ ദുഃഖിപ്പിച്ചു. ദിവസങ്ങൾ എടുത്തു അവൾ അതിൽ നിന്നും മോചിതയാകാൻ എന്ന് അക്കാലത്ത് അവൾക്കൊപ്പം ഉണ്ടായിരുന്നവർ വെളിപ്പെടുത്തിയിട്ടുണ്ട്.

ലിറ്റിൽ ടിം എന്നത് ജീവനുള്ള വളർത്തു പക്ഷിയായിരുന്നുവെങ്കിൽ അവൾക്ക് ഏറെ പ്രിയപ്പെട്ട മറ്റൊന്ന് അവളുടെ തുണിപ്പാവയായിരുന്നു! നാൻസി എന്ന് പേരിട്ടിരുന്ന ആ തുണിപ്പാവ ഹെലന്റെ സന്തത സഹചാരിയായിരുന്നു. ബോസ്റ്റൺ യാത്രയിൽ പോലും അവൾ നാൻസിയെ ഒപ്പം കരുതി. അഴുക്കും ചെളിയും പുരണ്ട ആ തുണിപ്പാവയെ അവൾ ഒരു സുഹൃത്തായോ വളർത്തുമകളായോ ഒക്കെ കണ്ടു. ആനി സള്ളിവനിൽ നിന്ന് ആർജിച്ച തുന്നൽ കഴിവുകൾ ഉപയോഗിച്ച് അവൾ നാൻസിക്ക് ഉടുപ്പുകൾ തയ്ച്ചു. നാൻസിയെ താലോലിച്ചു. ഏകാന്തതകളിൽ അവൾ നാൻസിയോട് സല്ലപിച്ചു. ബോസ്റ്റൺ യാത്ര കഴിഞ്ഞു പെർക്കിൻസിൽ എത്തിയപ്പോൾ അമ്പേ അഴുക്കു പുരണ്ടു വികൃതമായിരുന്ന നാൻസി. പേർക്കിൻസിലെ അലക്കുകാരൻ ഹെലൻ അറിയാതെ നാൻസിയെ കുളിപ്പിച്ച് വൃത്തിയാക്കാൻ ശ്രമിച്ചതോടെ നാൻസി എന്ന പഞ്ഞി നിറച്ച തുണിപ്പാവയ്ക്ക് അതിന്റെ രൂപം നഷ്ടമായിപ്പോയി എന്ന് ഹെലൻ തന്റെ ആത്മകഥയിൽ സങ്കടത്തോടെ പറയുന്നിടത്തു നിന്നു തന്നെ ആ പാവ അവൾക്കെത്ര വിലപ്പെട്ടതായിരുന്നുവെന്ന് മനസിലാക്കാം.

സ്പർശനത്തിലൂടെ മാത്രം കാര്യങ്ങൾ തിരിച്ചറിയാനാവുന്ന

ഒരാൾക്ക്, മറ്റുള്ളവർക്ക് ഒരുപക്ഷേ, ബാലിശമെന്നു തോന്നാവുന്ന കാര്യങ്ങളിൽ പോലും വല്ലാത്തൊരു പ്രിയമുണ്ടാവുമെന്നത് സ്വാഭാവികമാണ്. പക്ഷേ, അതൊക്കെ വർഷങ്ങൾക്ക് ശേഷവും ഓർത്തിരിക്കുക തന്റെ ആത്മകഥയിൽ അതൊക്കെ പരാമർശിക്കുക എന്നത് നാൻസി എന്ന പാവയ്ക്കും ലിറ്റിൽ ടിം എന്ന കുഞ്ഞുപക്ഷിക്കുമൊക്കെ അവളുടെ മനസ്സിൽ ഉണ്ടായിരുന്ന ഇടങ്ങളെ നമുക്ക് വെളിപ്പെടുത്തുന്നുണ്ട്. അതിനുമപ്പുറം ഇത്തരം ചിലതൊക്കെ അവളുടെ വ്യക്തിജീവിതത്തിൽ സ്നേഹവും കരുതലും വളർത്തിയെടുക്കാൻ ഉതകിയെന്നും നമുക്ക് കാണാം.

പെർക്കിൻസിൽ

പെർകിൻസ് ഇൻസ്റ്റിറ്റ്യൂട്ട് ഹെലനെ സംബന്ധിച്ച് അത്ഭുതങ്ങളുടെ ഒരു കലവറയായിരുന്നു. പ്രധാനമായും അവളെ ആശ്ചര്യപ്പെടുത്തിയത് സഹപാഠികളായ മറ്റു വിദ്യാർത്ഥികൾക്ക് അവൾ സ്വായത്തമാക്കിയിരുന്ന സ്പർശന ഭാഷ അറിയാമായിരുന്നു എന്നതായിരുന്നു. വീട്ടിലായിരിക്കുമ്പോൾ ആനി സള്ളിവനിലൂടെ മാത്രം മറ്റുള്ളവരോട് സംവദിക്കാനായിരുന്ന കൊച്ചു ഹെലന് ഒരു ഇടനിലക്കാരിയുടെ സഹായമില്ലാതെ നേരിട്ട് മറ്റുള്ളവരോട് സംവദിക്കാനാവുക എന്നത് വലിയൊരു അത്ഭുതവും അതീവ സന്തോഷകരവുമായ വസ്തുതയായിരുന്നു. വളരെ പെട്ടെന്ന് തന്നെ അവൾ അവിടെ സൗഹൃദങ്ങൾ നേടിയെടുത്തു.

ഹെലനെ സന്തോഷിപ്പിച്ച മറ്റൊരു വസ്തുത അവിടെയുള്ള ബ്രെയിലി പുസ്തകങ്ങളുടെ ശേഖരമായിരുന്നു. അറിവിന്റെ പുതിയ തട്ടകങ്ങളിലേക്ക് നടക്കാൻ അവ സഹായിക്കുമെന്നത് കൊച്ചു ഹെലനെ സംബന്ധിച്ച് മറ്റൊരു ലോകത്തിലേക്ക് ടിക്കറ്റെടുക്കുന്ന അവസ്ഥയായിരുന്നു എന്ന് അവർ തന്നെ പിൽക്കാലത്തു പറഞ്ഞിട്ടുണ്ട്. പെർക്കിൻസിൽ എത്തുന്നതിനു മുൻപ് ഉള്ള അലബാമ ഭവനത്തിലെ ജീവിതകാലത്ത് മറ്റുള്ളവർക്ക് മനസിലാകാത്ത ഭാഷയിൽ സംവദിക്കുന്ന ഒരു 'വിദേശി' ആയിട്ടാണ് തനിക്ക് പലപ്പോഴും തോന്നിയിരുന്നത് എന്നും പെർകിൻസ് തന്റെ സ്വന്തം 'രാജ്യം' ആയി തോന്നിയെന്നും ഹെലൻ തന്റെ ആത്മകഥയിൽ പറഞ്ഞിട്ടുണ്ട്. ഒപ്പം അവളുടെ ജീവിതത്തിൽ മാറ്റങ്ങളുണ്ടാകാൻ കാരണക്കാരിയായ ലോറാ ബ്രിഡ്ജ്മാൻ പഠിപ്പിച്ചിരുന്ന ഇടമായിരുന്നു പെർകിൻസ് എന്നതും അവളിൽ വല്ലാത്തൊരു അനുഭൂതി ഉളവാക്കിയിരുന്നു. അങ്ങനെ എല്ലാം കൊണ്ടും ബോസ്റ്റൺ യാത്ര

ഹെലെനെ മാറ്റി മറിച്ചു. ഉയരങ്ങളിലേക്കുള്ള അവളുടെ ജീവിത യാത്രയിൽ ബോസ്റ്റൺ ഒരു നാഴികക്കല്ലായി. അവളുടെ പ്രിയപ്പെട്ട അധ്യാപിക ആനി സള്ളിവൻ അവൾക്കു വേണ്ടി കെല്ലർ കുടുംബത്തെ നിർബന്ധിച്ചു സാധ്യമാക്കിയ പെർകിൻസ് പഠനം ശരിയായ ഒരു തീരുമാനം തന്നെയായിരുന്നു എന്നത് വെളിപ്പെടുത്തുന്നതാണ് ഹെലന്റെ തുടർജീവിതം.

പെർകിൻസ് ഇൻസ്റ്റിറ്റ്യൂട്ട് പഠനകാലത്ത് ബോസ്റ്റണിൽ താമസിക്കുമ്പോൾ ആനി സള്ളിവൻ കൊച്ചു ഹെലനെ ബോസ്റ്റനും ചുറ്റുപാടുമുള്ള പ്രദേശങ്ങളിലേക്ക് കൊണ്ട് പോകുമായിരുന്നു. ആ ഇടങ്ങളുടെ ചരിത്ര പ്രാധാന്യവും പ്രകൃതി ഭംഗിയുമൊക്കെ വിശദീകരിച്ചു കൊണ്ട് ആനി സള്ളിവൻ ജിജ്ഞാസുവായ തന്റെ പ്രിയപ്പെട്ട വിദ്യാർത്ഥിനിയുടെ അറിവിന്റെ ലോകത്തേക്ക് കൂടുതൽ വസ്തുതകൾ നൽകിക്കൊണ്ടിരുന്നു.

അത്തരത്തിൽ ഒരിടമായിരുന്നു ബങ്കർ ഹിൽ. കൊളോണിയൽ കാലത്തു നിന്ന് അമേരിക്ക സ്വാതന്ത്ര്യത്തിലേക്ക് നയിക്കപ്പെടുന്ന വിപ്ലവകാലത്തു ചരിത്രപ്രസിദ്ധമായ സൈനിക നീക്കങ്ങൾ നടന്ന ഇടമാണ് ബങ്കർ ഹിൽ. ബ്രിട്ടീഷ് സൈന്യവും അമേരിക്കൻ സ്വാതന്ത്ര്യവാദികളും തമ്മിൽ നടന്ന യുദ്ധത്തിന്റെ സ്മാരകമായി ബങ്കർ ഹില്ലിൽ പലതും അവശേഷിച്ചിട്ടുമുണ്ട്.

ബങ്കർ ഹിൽ യുദ്ധത്തെക്കുറിച്ചു കുറച്ചൊക്കെ വായിച്ചറിഞ്ഞിരുന്ന ഹെലന് ബങ്കർ ഹിൽ സന്ദർശനം വല്ലാത്തൊരു അനുഭൂതി നൽകി. യുദ്ധത്തിൽ പങ്കെടുത്ത പ്രാദേശിക നായകന്മാരുടെ കഥകൾ അവൾക്കറിയാമായിരുന്നു. അതിനാൽ തന്നെ ബങ്കർ ഹിൽ സന്ദർശനം അവൾ പഠിച്ച അഥവാ അവൾ അറിഞ്ഞിരുന്ന കാര്യങ്ങളും യാഥാർഥ്യവും തമ്മിലുള്ള അന്തരം കുറച്ചു എന്നാണ് ഹെലൻ അതേക്കുറിച്ചു പറഞ്ഞത്.

പഠനം അതിന്റെ ലക്ഷ്യം നേടുന്നത് അത്തരം ചില അന്തരങ്ങൾ ഇല്ലാതെയാകുമ്പോഴാണ്. ആധുനിക പാഠ്യ പദ്ധതികൾ അങ്ങനെ രൂപപ്പെടുത്തിയതുമാണ് എന്നതോർക്കുമ്പോൾ അത്തരം ചില സന്ദർശനങ്ങളുടെ പ്രാധാന്യം നമുക്കും ബോധ്യപ്പെടുമല്ലോ. അക്കാലത്തു ഹെലൻ സന്ദർശിച്ച മറ്റൊരിടം പ്ലിമത്ത് പട്ടണമായിരുന്നു. അമേരിക്കയിൽ യൂറോപ്യൻ അധിനിവേശം ആരംഭിച്ച കാലത്തു ആദ്യമായി സ്ഥാപിക്കപ്പെട്ട പട്ടണങ്ങളിൽ ഒന്നായിരുന്നുവത്രേ പ്ലിമത്ത്. ചരിത്രവും, സാംസ്കാരവും, വ്യവസായവുമായി, ബന്ധപ്പെട്ട ഒട്ടനവധി പ്രാധാന്യമുണ്ട് പ്ലിമത്ത് പട്ടണത്തിന്

എന്നത് കൊണ്ട് പ്ലിമത്ത് സന്ദർശനം ഹെലനെ എങ്ങനെ സ്വാധീനിച്ചിരിക്കാം എന്ന് എടുത്തു പറയേണ്ടതില്ലല്ലോ.

ബോസ്റ്റൺ ഹെലൻ കെല്ലർക്ക് അനേകം നല്ല സൗഹൃദങ്ങളും സമ്മാനിച്ചു. വില്യം എന്റിക്കോട്ട് എന്ന ഒരു സുഹൃത്തിനെക്കുറിച്ച് ഹെലൻ തന്റെ ആത്മകഥയിൽ പരാമർശിക്കുന്നുണ്ട്. ബെവർലി ഫാമിലെ അദ്ദേഹത്തിന്റെ വീട് സന്ദർശിച്ചതിനെക്കുറിച്ച്, അദ്ദേഹത്തിന്റെ മകളുമായിട്ടുള്ള ചങ്ങാത്തത്തെക്കുറിച്ച്, വില്യത്തിന്റെ വളർത്തുമൃഗങ്ങളെക്കുറിച്ച്, റോസാപ്പൂക്കൾ നിറഞ്ഞ പൂന്തോട്ടത്തെക്കുറിച്ചൊക്കെ ഹെലൻ വളരെയധികം സ്നേഹത്തോടെയും ആദരവോടെയും പരാമർശിച്ചിട്ടുണ്ട്.

ബോസ്റ്റൺ, 'ദയാവായ്പുള്ള ഹൃദയങ്ങളുടെ നഗരം' എന്ന് പിൽക്കാലത്തു ഹെലൻ കെല്ലർ എഴുതിയത് ഇത്തരം സൗഹൃദങ്ങളുടെ ഓർമയിലായിരുന്നവത്രേ!

ആഴി – അപാരമായ ആഴി

'നമ്മുടെ ലോകം' എന്ന പുസ്തകമാണ് ഭൂമിയിലെ വിവിധ ഭാഗങ്ങളെക്കുറിച്ച് ഹെലൻ കെല്ലർക്ക് ആദ്യം ഒരു അവബോധമുണ്ടാക്കുന്നത്. അതിൽ നിന്നാണ് കടലിനെക്കുറിച്ച്, തിരമാലയിലൂടെ ഗർജിക്കുന്ന ആഴിയുടെ അപരതയെക്കുറിച്ചൊക്കെ കൊച്ചു ഹെലൻ ആദ്യമായി അറിയുന്നത്. കടൽത്തീരത്തു നിന്നും അകലെയുള്ള അലബാമയിലെ വീട്ടിൽ താമസിക്കുമ്പോൾ കടലിനെ അറിയാൻ അവൾക്കാകുമായിരുന്നില്ല എന്നാൽ പെർകിൻസ് പഠനകാലത്ത് അവൾക്കതിനുള്ള അവസരമുണ്ടായി.

പെർകിൻസ് ഇൻസ്റ്റിറ്റ്യൂട്ട് വേനലവധിക്കായി അടച്ചപ്പോൾ ഹെലനും ആനിയും അവരുടെ സുഹൃത്തായ മിസ്സിസ് ഹോപ്കിൻസിനൊപ്പം കേപ് കോഡിലെ ബ്രൂസ്റ്റർ എന്നയിടത്തു കുറച്ചു നാൾ താമസിച്ചു. അവിടെ വച്ചാണ് ഹെലൻ കടലിനെ അടുത്തറിയുന്നത്.

തീരത്തെ പാറക്കെട്ടിൽ കടൽ തിരകളുടെയും ഉപ്പുകാറ്റിന്റെയും തഴുകലേറ്റിരിക്കുക എന്നത് അവൾക്ക് സന്തോഷപ്രദമായ ഒരു വിനോദമായിരുന്നു. മിസ്സിസ് ഹോപ്കിൻസ് അവൾക്ക് കടലിനെക്കുറിച്ചു ഒട്ടനവധി കഥകൾ പറഞ്ഞുകൊടുത്തിരുന്നു. കടൽ ജീവികളെക്കുറിച്ചും അവയുടെ വൈവിധ്യമാർന്ന രൂപങ്ങളെക്കുറിച്ചും ആനി സള്ളിവനിലൂടെ മിസ്സിസ് ഹോപ്കിൻസിലൂടെ അവൾ മനസിലാക്കി. ഇടയ്ക്കൊരു വലിയ ഞണ്ടിനെ പിടിക്കാനും അവൾ

ക്ക് കഴിഞ്ഞിരുന്നു. അത്തരം അനുഭവങ്ങൾ അപാരമായ ആഴിയുടെ സൗന്ദര്യത്തെക്കുറിച്ചും ഈ വലിയ ഭൂവിടത്തിലെ ജൈവ വൈവിധ്യത്തെക്കുറിച്ചുമുള്ള അവളുടെ അറിവിനെയും കാഴ്ചപ്പാടിനെയും വളരെയധികം വിപുലമാക്കിക്കൊണ്ടിരുന്നു.

ആ അവധിക്കാലം ഹെലൻ കെല്ലർക്ക് അറിവിന്റെ മറ്റൊരു വലിയ വാതായനമാണ് തുറന്നു കൊടുത്തത്.

റാഗ്ഹീൽഡ് കേറ്റയുടെ കഥ

ആരായിരുന്നു റാഗ്ഹീൽഡ് കേറ്റ? ഹെലൻ കെല്ലറുടെ ജീവിതവും അവരുമായി എങ്ങനെ ബന്ധപ്പെട്ടിരിക്കുന്നു? അതറിയണമെങ്കിൽ നാം റാഗ്ഹീൽഡ് കേറ്റയുടെ ജീവിതം ഒന്ന് അടുത്തറിയണം.

നോർവേയിലെ ഓപ്ലാൻഡിലെ വെസ്ട്രെ സ്ലൈഡ്രെ ഇടവകയിലെ കറ്റെയ്റ്റിലാണ് റാഗ്ഹീൽഡ് കേറ്റ ജനിച്ചത്. മൂന്നര വയസ്സിൽ അവൾക്ക് സ്കാർലറ്റ് പനി ബാധിക്കുകയും അതോടെ കാഴ്ചയും കേൾവിയും ഗന്ധവും രുചിയും നഷ്ടപ്പെട്ടു പോവുകയും ചെയ്തു.

അധ്യാപകനും എഴുത്തുകാരനുമായ ഹാൾവാർഡ് ബെർഗ് 1887-ൽ റാഗ്ഹിൽഡിനെ കണ്ടുമുട്ടി. അദ്ദേഹം അക്കാലത്തെ ശ്രദ്ധേയമായ ഒരു പ്രസിദ്ധീകരണത്തിൽ അവളുടെ ദാരുണമായ ദുരവസ്ഥയെക്കുറിച്ച് വികാരാധീനമായ ഒരു ലേഖനം എഴുതുകയുണ്ടായി. നോർവേയിലെ ബധിരരുടെ വിദ്യാഭ്യാസത്തിൽ ഒട്ടനവധി ഇടപെടൽ നടത്തിയിട്ടുള്ള ബധിരനായ ലാർസ് ഹവ്സ്റ്റാഡ് ഈ ലേഖനം വായിക്കാൻ ഇടയായി. അദ്ദേഹം ബധിരർക്കുള്ള ഹമർ ഇൻസ്റ്റിറ്റ്യൂട്ടിന്റെ അഡ്മിനിസ്ട്രേറ്ററായിരുന്ന തന്റെ ഭാര്യാസഹോദരൻ എലിയാസ് ഹോഫ്ഗാർഡ്നെ ബന്ധപ്പെടാൻ നിർദ്ദേശിച്ച് ഹാൽവാർഡ് ബെർഗിന് ഒരു കത്തയച്ചു.

കേറ്റയെ തന്റെ ഇൻസ്റ്റിറ്റ്യൂട്ടിൽ വിദ്യാർത്ഥിയായി സ്വീകരിക്കാൻ ഹോഫ്ഗാർഡ് സമ്മതിക്കുകയും അതിനുള്ള ചിലവ് അവളുടെ ജന്മസ്ഥലത്തെ ഭരണകൂടം വഹിക്കാമെന്നു സമ്മതിക്കുകയും ചെയ്തു. 1888 ജനുവരി 15-ന് പതിനാലുവയസുകാരിയായ കേറ്റ ആദ്യമായി സ്കൂളിലെത്തി.

കേറ്റ സ്കൂളിൽ എത്തിയെങ്കിലും എല്ലാ അപരിചിതരെയും അവൾ സംശയിച്ചു. മറ്റുള്ളവർ അവളെ സ്പർശിക്കുന്നത് അവൾക്ക് സഹിക്കാനായില്ല. ചിലപ്പോഴൊക്കെ അവൾ അടുക്കാൻ ശ്രമി

ച്ചവരെ കടിച്ചു, നിലവിളിച്ചു. ഹോഫ്ഗാർഡിന് ഇത്തരം കുട്ടികളുടെ മനഃശാസ്ത്രം വശമായിരുന്നു. അവരുടെ മനസിലെ കടുത്ത അരക്ഷിതാവസ്ഥയിൽ നിന്നുണ്ടായ ഭീതിയാണ് അവളെ ഇത്തരത്തിൽ പെരുമാറാൻ ഇടയാക്കുന്നതെന്ന് അദ്ദേഹം മനസിലാക്കി. ക്ഷമയോടെ അദ്ദേഹം അവളുടെ രീതികളിൽ പരിവർത്തനം വരുത്താൻ ശ്രമിച്ചു. ഒടുവിൽ അദ്ദേഹം വിജയിക്കുക തന്നെ ചെയ്തു. കേറ്റ ശാന്തയായി. അവൾ ആദ്യം ഹോഫ്ഗാർഡിനെയും പിന്നീട് മറ്റുള്ളവരെയും വിശ്വസിക്കാനും അവരോട് ഇടപെടാനും ആരംഭിച്ചു.

വളരെ കഴിവുള്ള ബധിരരായ വിദ്യാർത്ഥികളിൽ നല്ല ഫലങ്ങളോടെ ഹോഫ്ഗാർഡ് 'സംസാരിക്കുന്ന രീതി' പ്രയോഗിച്ചു. എന്നിട്ടും താൻ ഈ രീതി കേറ്റയ്ക്ക് വേണ്ടിയും ഉപയോഗിക്കുമെന്ന് പ്രഖ്യാപിച്ചപ്പോൾ അത് പലരെയും അത്ഭുതപ്പെടുത്തി. ബധിരനും അന്ധനുമായ ഒരു കുട്ടിക്ക് സംസാരിക്കാൻ കഴിഞ്ഞാൽ അത് ഏറ്റവും ഉപയോഗപ്രദമാണെന്ന് അദ്ദേഹം ന്യായീകരിച്ചു. സ്പർശന അക്ഷരമാല ഉപയോഗിക്കുന്നതിന് പകരം സംസാരത്തിലൂടെ സംവദിക്കാനായാൽ അത് വലിയൊരു നേട്ടമാണെന്ന് അദ്ദേഹം ഏവരെയും ബോധ്യപ്പെടുത്തി.

ഹോഫ്ഗാർഡ് ആദ്യം കേറ്റയെ അക്ഷരങ്ങൾ ഉച്ചരിക്കാൻ പഠിപ്പിച്ചു, തുടർന്ന് രണ്ട് അക്ഷരങ്ങൾ കൂടിച്ചേർന്നു വരുന്ന ഉച്ചാരണവും. ഒടുവിൽ മൾട്ടി-സിലബിക് പദങ്ങളും ഒരു സങ്കീർണ്ണ ഗെയിമായി അദ്ദേഹം വിദ്യാർത്ഥികൾക്ക് നൽകി. സ്പർശനത്തിലൂടെ തിരിച്ചറിയാവുന്ന വസ്തുക്കളുടെ പേരുകളാണ് ആദ്യം അദ്ദേഹം പഠിപ്പിച്ചത്. അതിലൂടെ അക്ഷരങ്ങൾ ഏതാണ്ടൊക്കെ പഠിപ്പിക്കാൻ അദ്ദേഹത്തിനായി. അതിനുശേഷം മറ്റുള്ളവർ സംസാരിക്കുമ്പോൾ ചുണ്ടിൽ കൈവെച്ച് ചലനം മനസിലാക്കി അക്ഷരങ്ങളും വാക്കുകളും മനസ്സിലാക്കാൻ കേറ്റയെ അദ്ദേഹം പഠിപ്പിച്ചു. പിന്നീട് അവൾ എഴുതാനും ബ്രെയിൽ വായിക്കാനും പഠിച്ചു.

1889-ലെ വേനൽക്കാലത്ത് നോർവേയിൽ വച്ച് ലോറ ബ്രിഡ്ജ്മാന്റെ അധ്യാപികയായിരുന്ന മേരി സ്വിഫ്റ്റ് ലാംസൺ കേറ്റയെ കണ്ടുമുട്ടി. പെർകിൻസ് അന്ധവിദ്യാലയത്തിൽ തിരിച്ചെത്തിയ ലാംസൺ കേറ്റയുടെ അനുഭവം അവിടെ വിശദീകരിച്ചു. 1890-ൽ, പത്തുവയസ്സുകാരിയായ ഹെലൻ കെല്ലർ റാഗ്ഹിൽഡ് കേറ്റയുടെ കഥ അറിയുകയും. സംസാരിക്കാനുള്ള അവളുടെ ശ്രമങ്ങൾ അങ്ങേയറ്റം ശക്തമായി ആരംഭിക്കുകയും ചെയ്തു.

ഹെലൻ സംസാരിക്കാൻ പഠിക്കുന്നു

റാഗ്ഹീൽഡ് കേറ്റയുടെ കഥ അറിഞ്ഞതോടെ ഹെലന്റെ മനസ്സിൽ സംസാരിക്കാനുള്ള ത്വര വർധിച്ചു. അവൾ ആനിസള്ളിവനെ നിരന്തരമായി ഇക്കാര്യത്തിൽ നിർബന്ധിച്ചിരുന്നു എങ്കിലും ഹെലന് പറ്റിയ ഒരു അധ്യാപകനെ കണ്ടെത്താൻ കഴിഞ്ഞിരുന്നില്ല. ഒടുവിൽ ഹൊറേസ് മാൻ സ്കൂൾ പ്രിൻസിപ്പൽ മിസ് സാറാ ഫുള്ളർ ഈ ചുമതല ഏറ്റെടുത്തു.

സുന്ദരിയായ, ഇമ്പമാർന്ന സ്വഭാവമുള്ള ഒരു വനിതയായിരുന്നു സാറാ ഫുള്ളർ. അവർ സ്വയം തന്നെ ഹെലനെ പഠിപ്പിക്കാൻ തീരുമാനിക്കുകയും 1890 മാർച്ച് ഇരുപത്തിയാറാം തീയതി പഠനം ആരംഭിക്കുകയും ചെയ്തു. സാറാ ഫുള്ളറുടെ പാഠ്യ രീതി ലളിതമായിരുന്നു. അവർ സംസാരിക്കുമ്പോൾ ഹെലന്റെ വിരലുകൾ അവരുടെ ചുണ്ടിന്റെയും നാവിന്റെയും ചലനം അറിയാൻ പാകത്തിന് കീഴ്താടിയിലും ചുണ്ടുകളുടെ മുകളിലും താഴെയുമായി വയ്ക്കാൻ അവളെ പ്രേരിപ്പിച്ചു ഒപ്പം ഓരോ വാക്കും സ്പർശന സംവേദനത്തിലൂടെ ഹെലന് അറിയാനും ഇടയാക്കി. ഇത്തരത്തിൽ ഓരോ ചലനവും അനുകരിക്കാൻ ഹെലനോട് അവർ ആവശ്യപ്പെട്ടു. വളരെ ചുരുങ്ങിയ സമയത്തിനുള്ളിൽ എം, പി, എ, എസ്, ടി, ഐ തുടങ്ങിയ അക്ഷരങ്ങൾ ഉച്ചരിക്കാൻ ഹെലൻ കെല്ലർക്ക് കഴിഞ്ഞു.

ഇടറുന്ന, ഒട്ടുമേ വ്യക്തമല്ലാത്ത രീതിയിൽ ഹെലൻ ആദ്യ വാചകം പറഞ്ഞു.

'അതെ-അത് ഊഷ്മളമാണ്' [yes it is warm]

ഇതായിരുന്നു അവൾ ആദ്യം ഉച്ചരിച്ച വാചകം! മെല്ലെ മെല്ലെ ഉച്ചാരണത്തിന്റെ ലോകത്തേക്ക് ഹെലൻ കെല്ലർ നടന്നു കയറി. തന്റെ വളർത്തു മൃഗങ്ങളെ വിളിച്ചു വരുത്താനും അവരെ നിയന്ത്രിക്കാനും ശ്രമിച്ചു വിജയിച്ച ഹെലൻ ആദ്യമായി പരിചാരികയെ വിളിച്ചു വരുത്തിയ ശേഷം നിറകണ്ണുകളോടെ അവളെ ചേർത്ത് പിടിച്ചതായി ആനി സള്ളിവൻ തന്നെ പിൽക്കാലത്തു വെളിപ്പെടുത്തിയിട്ടുണ്ട്.

മെല്ലെ മെല്ലെ അവളുടെ ഉച്ചാരണത്തിൽ ഉണ്ടായിരുന്ന കുറ്റങ്ങൾ ഏറെക്കുറെ പരിഹരിക്കപ്പെട്ടു. സ്പർശന സംവേദനത്തിലൂടെ അവളോട് സംസാരിക്കാൻ ആവുമായിരുന്ന കേൾവിശക്തിയുള്ള സുഹൃത്തുക്കൾ അവളെ ഇക്കാര്യത്തിൽ അകമഴിഞ്ഞ് സഹായിച്ചിരുന്നു.

ഏതാണ്ടൊക്കെ സംസാരിക്കാൻ ആവുമെന്നായപ്പോൾ ഹെലൻ കെല്ലർക്ക് വീട്ടിലെത്താൻ കൊതിയായി. വീട്ടിലേക്കുള്ള തീവണ്ടി യാത്രാവേളയിൽ അവൾ ആനി സള്ളിവനോട് സംസാരിച്ചുകൊണ്ടേയിരുന്നു. തെറ്റുകുറ്റങ്ങൾ പരമാവധി ഒഴിവാക്കി മെച്ചപ്പെട്ട രീതിയിൽ സംസാരിക്കണം എന്ന് അവൾക്ക് വാശിയുണ്ടായിരുന്നു. ഒടുവിൽ തീവണ്ടി അലബാമയിലെ ട്യുസ്കൂമ്പിയ സ്റ്റേഷനിലേക്ക് അടുത്തു. ആനി സള്ളിവൻ ഹെലന്റെ കൈകളിൽ മെല്ലെ സ്പർശിച്ചു കൊണ്ട് സ്പർശന സംവേദനത്തിലൂടെ അവളോട് കുടുംബം മുഴുവനായി അവളെ കാത്തു റെയിൽവേ സ്റേഷനിലുണ്ടെന്ന വിവരം കൈമാറി.

'അമ്മേ' എന്നാദ്യമായി ഹെലൻ വിളിച്ചപ്പോൾ ആലീസ് കെല്ലർ ഹെലെനെ ചേർത്ത് പിടിച്ചു കരഞ്ഞു. ഇളയ സഹോദരി ഹെലന്റെ വിളികേട്ടു ഓടിവന്നു അവളെ പുണർന്നു. വികാരാധീനനായി ആർതർ കെല്ലർ ഹെലെനെ ചേർത്ത് പിടിച്ചു. വികാരഭരിതമായ ആ നിമിഷങ്ങളിൽ തനിക്ക് അന്യമായിരുന്ന കുടുംബത്തിന്റെ യഥാർത്ഥ സ്നേഹം ഹെലൻ അനുഭവിച്ചറിഞ്ഞു തുടങ്ങി.

ഹെലൻ കെല്ലർ–'ദി ഫ്രോസ്റ്റ് കിംഗ്"

അക്ഷരങ്ങളും വാചകങ്ങളും അടുത്തറിഞ്ഞതോടെ ഹെലൻ ഭാവനാലോകത്തേക്ക് യാത്ര ആരംഭിച്ചിരുന്നു. അലബാമയിലെ വീട്ടിൽ ശരത്കാല അവധി ആഘോഷിക്കവേ ശരത്കാലത്തെക്കുറിച്ച് ആനി സള്ളിവൻ ഹെലിനോട്, 'ശരത്കാലത്തെ ഇലകൾ മാണിക്യം, മരതകം, സ്വർണ്ണം, ചുവപ്പ്, തവിട്ടുനിറം തുടങ്ങിയ ചായങ്ങളാൽ വരയ്ക്കപ്പെട്ടിരിക്കുന്നു' എന്ന് പരാമർശിക്കുകയുണ്ടായി. അതോടൊപ്പം ശരത്കാലത്തിന്റെ മാലാഖയായി ചിലപ്പോൾ നേരെ വിപരീതമായി വില്ലത്തരം നിറഞ്ഞ സ്വഭാവത്തിലും നാട്ടുമൊഴികളിലും, കഥകളിലും പ്രത്യക്ഷപ്പെടുന്ന 'ജാക്ക് ഫ്രോസ്റ്റ്' എന്ന കഥാപാത്രത്തിന്റെ സ്വാധീനവും കൂടിയായപ്പോൾ ഹെലൻ ആദ്യത്തെ കഥ മനസ്സിൽ രുപീകരിച്ചു.

ജാക്ക് ഫ്രോസ്റ്റിനെ കേന്ദ്രകഥാപാത്രമാക്കി അവൾ 'ദി ഫ്രോസ്റ്റ് കിംഗ്' എന്നൊരു കഥ എഴുതിയുണ്ടാക്കി. കെല്ലർ കുടുംബത്തെയും ആനി സള്ളിവനെയും അവൾ തന്റെ കഥ കേൾപ്പിച്ചു. ഹെലൻ കെല്ലർക്ക് കഥകൾ എഴുതാൻ ആവുമെന്ന അറിവ് എല്ലാവരെയും സന്തുഷ്ടരാക്കി അവരെല്ലാം അവളെ പ്രോത്സാഹിപ്പിക്കയും ചെയ്തു. അതോടെ അവളുടെ ആത്മവിശ്വാസം വർദ്ധിക്കുക

യും ഈ കഥ പേർക്കിൻസ് സ്കൂൾ തലവനായ മൈക്കൽ അന്ഗ നോസിന് അയച്ചു കൊടുക്കുകയും ചെയ്തു.

മൈക്കൽ അന്ഗനോസ് ഹെലൻ കെല്ലറുടെ ഈ കഥ പേർക്കിൻസിലെ പൂർവ്വ വിദ്യാർത്ഥി മാസികയായ 'ദി മെന്ററിന്റെ' ജനുവരി 1892 പതിപ്പിൽ പ്രസിദ്ധീകരിക്കുകയുണ്ടായി. വിർജീനിയ ആസ്ഥാനമായി പ്രവർത്തിക്കുന്ന ബധിര-അന്ധ വിദ്യാഭ്യാസത്തെക്കുറിച്ചുള്ള ഗുഡ്സൺ ഗസറ്റ് ജേണൽ ഈ കഥ അവരുടെ പേജിലും പ്രസിദ്ധീകരിച്ചു.

എന്നാൽ അധികം താമസിയാതെ തന്നെ ഈ കഥ വിവാദങ്ങളിലേക്ക് വലിച്ചിഴയ്ക്കപ്പെടുകയാണുണ്ടായത്. കെല്ലറുടെ കഥയ്ക്ക് മാർഗരറ്റ് കാൻബിയുടെ 'ബേർഡീ ആൻഡ് ഹിസ് ഫെയറി ഫ്രണ്ട്സ്' എന്ന പുസ്തകത്തിലെ 'ഫ്രോസ്റ്റ് ഫെയ്റിസ്' എന്ന കഥയുമായി വളരെയധികം സാമ്യമുണ്ടെന്നും ഹെലൻ കെല്ലർ മാർഗരറ്റ് കാൻബിയുടെ കഥ പുനരാഖ്യാനം ചെയ്തത് മാത്രമാണെന്നും. കഥാചോരണം നടത്തിയാണ് ഈ കഥ അവൾ എഴുതിയതെന്നും ഗുഡ്സൺ ഗസറ്റിന്റെ പത്രാധിപർക്ക് പേർക്കിൻസ് ഇൻസ്റ്റിറ്റ്യൂട്ടിലെ തന്നെ ഒരു അദ്ധ്യാപകൻ കത്തെഴുതി.

ഈ സംഭവം പെർക്കിൻസിൽ ഒരു വലിയ വിവാദം തന്നെ സൃഷ്ടിച്ചു. എന്നാൽ ഹെലൻ താൻ ഈ കഥ വായിച്ചിരുന്നതായോ വായിച്ചു കേട്ടതായോ ഓർക്കുന്നില്ല എന്ന് മൈക്കലിനെ നേരിട്ട് അറിയിച്ചത് അദ്ദേഹം വിശ്വസിക്കുകയും ഹെലന് അനുകൂല നിലപാടെടുക്കുകയും ചെയ്തു.

ഈ സംഭവങ്ങൾക്ക് ഒരു മറുപുറം കൂടി ഉണ്ടായിരുന്നു. കാഴ്ചയും കേൾവിയും ഇല്ലാത്ത ഒരു വിദ്യാർത്ഥിനിയും നേടാത്ത ഉയരങ്ങളിലേക്ക് ഹെലൻ നടന്നു കയറുമ്പോൾ ആനി സള്ളിവൻ എന്ന ഹെലന്റെ സുഹൃത്തും അധ്യാപികയുമായ വ്യക്തിയും പ്രശസ്തയായിക്കൊണ്ടിരുന്നു. ഇതിൽ അസൂയ പൂണ്ട ചിലരാണ് ഇരുവരെയും താറടിക്കാൻ കിട്ടിയ അവസരം ഉപയോഗിച്ച് ഈ വിവാദം സൃഷ്ടിച്ചതെന്ന് അക്കാലത്തു തന്നെ ചിലർക്ക് അഭിപ്രായമുണ്ടായിരുന്നു.

എന്നാൽ ബോസ്റ്റണിലെ ആദ്യ അവധിക്കാലത്ത് മിസ്സിസ് ഹോപ്കിന്സിന്റെ വസതിയിൽ താമസിക്കുമ്പോൾ അവർ ഹെലന് ഈ കഥ പറഞ്ഞു കൊടുത്തിരുന്നു എന്നും. അതിന്റെ ഓർമകളിൽ പ്രചോദിതത്തയായിട്ടാണ് ഹെലൻ ഈ കഥയെഴുതിയതെന്നും എതിരാളികളും വാദിച്ചു. മിസ്സിസ് ഹോപ്കിന്സിന്റെ പക്കൽ മാർ

ഗരറ്റ് കാൻബിയുടെ പുസ്തകത്തിന്റെ ഒരു കോപ്പി ഉണ്ടായിരുന്നു എന്ന് ഹോപ്കിൻസും സമ്മതിച്ചു. വിവാദം രൂക്ഷമാവുകയും പേർക്കിൻസ് സ്കൂൾ ഒരു എട്ടംഗ കമ്മിറ്റിയുണ്ടാക്കി ഹെലൻ കെല്ലറെ വിചാരണ നടത്തുകയും ചെയ്തു.

വിചാരണയ്ക്ക് ശേഷം എട്ടംഗ കമ്മിറ്റി ഹെലന് അനുകൂലമായി നാലും എതിർത്തു നാലും എന്ന നിലയിൽ വോട്ട് ചെയ്തു. വീറ്റോ ശേഷിയുള്ള ഒരു വോട്ടു ഹെലൻ കെല്ലർക്ക് അനുകൂലമായി ചെയ്തു കൊണ്ട് മൈക്കൽ അന്ഗനോസ് സംഭവഗതികൾ ഹെലന് അനുകൂലമായി അവസാനിപ്പിച്ചു.

ചില്ലറ പൊട്ടലും ചീറ്റലും ഒക്കെയായി ഈ വിവാദം മുന്നോട്ടു പോയി. ഈ സംഭവം ഹെലെനെ വല്ലാത്ത മാനസിക പിരിമുറുക്കത്തിലാക്കുകയും അവൾ എന്നേയ്ക്കുമായി കല്പിത കഥകൾ എഴുതുന്നത് അവസാനിപ്പിക്കുകയും ചെയ്തു. വിവാദങ്ങളിൽ ദുഃഖിതയായി ആനി സള്ളിവൻ പെർകിൻസ് ഇൻസ്റ്റിറ്റ്യൂട്ട് എന്നേയ്ക്കുമായി ഉപേക്ഷിച്ചു. ഇൻസ്റ്റിറ്റ്യൂട്ടിനു വേണ്ടി പുറമെ നിന്ന് പ്രവർത്തിച്ചെങ്കിലും ആനി ഒരിക്കലും അവിടേക്ക് പിന്നീട് പ്രവേശിക്കുകയുണ്ടായില്ല.

വീണ്ടും എഴുത്തു വഴികളിൽ

ഫ്രോസ്റ്റ് കിംഗ് എന്ന ചെറുകഥ ഉണ്ടാക്കിയ വിവാദം ഹെലൻ കെല്ലറെ മാനസികമായി വളരെ തളർത്തി. എഴുതാനുള്ള ത്വര അവളിൽ അപ്പോഴുമുണ്ടായിരുന്നുവെങ്കിലും ഈ അനുഭവം ഉണ്ടാക്കിയ മാനസിക പിരിമുറുക്കം അവളെ പിന്നോട്ട് വലിച്ചുകൊണ്ടിരുന്നു.

ഒരു കത്തെഴുതുമ്പോൾ പോലും അവൾ ഭയന്നു. മറ്റുള്ളവർ ആരെങ്കിലും മുൻപ് എപ്പോഴെങ്കിലും എഴുതിയ വരികൾ അതിൽ അറിയാതെ ഉൾപ്പെടുന്നുണ്ടോ എന്ന് അവൾ പലയാവർത്തി വായിച്ചു ഉറപ്പാക്കാൻ തുടങ്ങി. ഒരു പന്ത്രണ്ടുകാരി പെൺകുട്ടിക്ക് താങ്ങാനാവുന്നതായിരുന്നില്ല ഫ്രോസ്റ്റ് കിംഗ് എന്ന ചെറുകഥയുടെ പേരിൽ ഉണ്ടായ പുകിലുകൾ.

തന്റെ പ്രിയ വിദ്യാർത്ഥിനിയുടെ മാനസികാവസ്ഥയിൽ ആനി സള്ളിവനും ഖിന്നയായിരുന്നു. അവളിൽ ആത്മവിശ്വാസം വീണ്ടെടുക്കേണ്ടത് അത്യാവശ്യമെന്നു അവർ തിരിച്ചറിഞ്ഞിരുന്നു. അതിനായി അവർ ഹെലനോട് അവളുടെ സ്വന്തം ജീവിതാനുഭവങ്ങൾ എഴുതാൻ ആവശ്യപ്പെട്ടു. 'യൂത്ത് കംപാനിയൻ' എന്ന ആനുകാലി

കത്തിൽ അത് പ്രസിദ്ധീകരിക്കാനുള്ള അവസരവും ആനി ഹെലൻ കെല്ലർക്ക് വേണ്ടി നേടിയെടുത്തു. മടിച്ചു മടിച്ചെങ്കിലും ഹെലൻ വീണ്ടും എഴുതി തുടങ്ങി.

'യൂത്ത് കംപാനിയൻ' താരതമ്യേന ചെറിയ പ്രസിദ്ധീകരണമായിരുന്നു. എങ്കിലും 'ദി സ്റ്റോറി ഓഫ് മൈ ലൈഫ്' എന്ന് പേരിട്ട ഹെലന്റെ ജീവിതാനുഭവങ്ങൾക്ക് ധാരാളം വായനക്കാരെ കിട്ടിയതോടെ 'ലേഡീസ് ഹോം ജേണൽ' അത് പുനഃപ്രസിദ്ധീകരിച്ചു. അതെത്തുടർന്ന് ആയിരത്തി തൊള്ളായിരത്തി മൂന്നിൽ 'ഡബിൾ ഡേ പേജ് ആൻഡ് കോ' പുസ്തകരൂപത്തിൽ 'ദി സ്റ്റോറി ഓഫ് മൈ ലൈഫ്' പ്രസിദ്ധീകരിച്ചു.

അക്കാലത്താണ് മഹാനായ എഴുത്തുകാരൻ മാർക്ക് ട്വൈൻ ഹെലൻ കെല്ലർ ഒരു മിറക്കിൾ അഥവാ അത്ഭുതം ആണെന്നും ആനി സള്ളിവൻ 'മിറക്കിൾ വർക്കർ' അഥവാ 'അത്ഭുതങ്ങൾ സൃഷ്ടിക്കുന്നവൾ' ആണെന്നും ഒരു പ്രസ്താവന നടത്തിയത്.

പിൽക്കാലത്തു നിരവധി ദൃശ്യഭാഷ്യങ്ങൾക്ക് പ്രചോദനമായ പുസ്തകമാണ് 'ദി സ്റ്റോറി ഓഫ് മൈ ലൈഫ്' ആയിരത്തി തൊള്ളായിരത്തി അൻപത്തിയേഴിൽ വില്യം ഗിബ്സൺ 'ദി മിറാക്കിൾ വർക്കർ' എന്ന പേരിൽ മൂന്നു കഥാപാത്രങ്ങൾ ഉള്ള ഒരു ടെലിവിഷൻ നാടകം അവതരിപ്പിച്ചു.

നാടകത്തിന്റെ കഥാസാരം ഇങ്ങനെ

കുട്ടിക്കാലത്തു ബാധിച്ച ഒരു അസുഖം കുഞ്ഞു ഹെലൻ കെല്ലറെ അന്ധയും ബധിരയും തൽഫലമായി മൂകയുമാക്കുന്നു. തങ്ങളുടെ മകളുടെ ദുരവസ്ഥയിൽ ദുഃഖിതയായ മാതാപിതാക്കൾ അവളെ അമിതമായി ലാളിക്കുകയും നിയന്ത്രിക്കാൻ ശ്രമിക്കാതെ ഇരിക്കുകയും ചെയ്യുന്നതോടെ ഏതാണ്ട് ആറ് വയസ്സുള്ളപ്പോൾ വീട്ടുകാരുടെ നിയന്ത്രണങ്ങൾക്ക് വിധേയയാകാത്ത വിധം അവൾ ശാഠ്യവും കോപവും നിറഞ്ഞ സ്വഭാവമുള്ള കുട്ടിയായി വളരുന്നു. നിരാശരായ കെല്ലർ കുടുംബം ആനി സള്ളിവനെ അവരുടെ മകളുടെ ഗവർണസായും അധ്യാപികയായും നിയമിക്കുന്നു. ഹെലനുമായുള്ള കഠിനമായ നിരവധി പോരാട്ടങ്ങൾക്ക് ശേഷം, പെൺകുട്ടിയുടെ വിദ്യാഭ്യാസത്തിൽ എന്തെങ്കിലും പുരോഗതി കൈവരിക്കുന്നതിന് ഹെലനുമായി തനിച്ച് രണ്ടാഴ്ച വേണമെന്ന് ആനി കെല്ലർ കുടുംബത്തെ ബോധ്യപ്പെടുത്തുന്നു. ഈ സമയത്ത്, ആനി ഹെലനെ അച്ചടക്കവും, ഹസ്തസംവേദന ഭാഷയും പഠിപ്പി

ക്കുന്നു, ഇത് ഹെലന്റെ ജീവിതത്തെ മാറ്റിമറിക്കുകയും കുടുംബത്തിലെ എല്ലാവരുടെയും ജീവിതത്തിൽ നേരിട്ട് സ്വാധീനം ചെലുത്തുകയും ചെയ്യുന്ന ഇരട്ട മുന്നേറ്റത്തിനു കാരണമാകുന്നു.

ടെലിവിഷൻ നാടകം അക്കാലത്തെ ശ്രദ്ധേയമായ ഒന്നായി മാറി. ഇതേത്തുടർന്ന് ഈ തിരനാടകത്തെ അവലംബിച്ചു കൊണ്ട് ആനി സള്ളിവനെ കേന്ദ്ര കഥാപാത്രമാക്കി ആയിരത്തി തൊള്ളായിരത്തി അറുപത്തി രണ്ടിൽ 'ആർതർ പെൻ' ഒരു സിനിമ സംവിധാനം ചെയ്തു. ഈ സിനിമയിൽ ആനി സള്ളിവനായി അഭിനയിച്ച 'ആനി ബാൻക്രോഫ്റ്റ്' മികച്ച നടിക്കുള്ള ആ വർഷത്തെ ഓസ്കർ നേടുകയും, ഹെലൻ കെല്ലറായി അഭിനയിച്ച 'പാറ്റി ഡ്യൂക്ക്' മികച്ച സഹനടിക്കുള്ള ഓസ്കർ നേടിയെടുക്കുകയും ചെയ്തു. പിൽക്കാലത്തു ഗോൾഡൻ ഗ്ലോബ് അടക്കം പുരസ്കാരങ്ങൾ നേടിയ പാറ്റി ഡ്യൂക്ക് മത്സരാധിഷ്ഠിത ഓസ്കർ ലഭിക്കുന്ന ഏറ്റവും പ്രായം കുറഞ്ഞ വനിതയാണ്.

സിനിമയുടെ കഥാസാരം

സ്കാർലറ്റ് പനി ബാധിച്ച് ശൈശവം മുതലേ അന്ധനും ബധിരയുമായ ഹെലൻ കെല്ലർ ആശയവിനിമയം നടത്താനുള്ള കഴിവില്ലായ്മയും ചുറ്റുപാടുകൾ മനസിലാക്കാൻ ആവാത്ത നിരാശയും നിമിത്തം ഇടയ്ക്കിടെയുള്ള അക്രമാസക്തവും അനിയന്ത്രിതവുമായ പൊട്ടിത്തെറികൾക്ക് വിധേയയാകുന്നു. അവളുമായി ഇടപെടാൻ കഴിയാതെ, അവളോടെങ്ങനെ സംവേദിക്കണമെന്നു പോലും അറിയാതെ അവളുടെ മാതാപിതാക്കൾ പരിഭ്രാന്തരും നിസ്സഹായരുമായി മുന്നോട്ടുള്ള വഴിയെന്തെന്നു അറിയാതെ നിൽക്കുന്ന വേളയിൽ ലോറ ബ്രിഡ്ജ്മാന്റെ ജീവിതകഥ അവളുടെ മാതാവ് അറിയുകയും തുടർന്ന് സഹായത്തിനായി പെർകിൻസ് സ്കൂളുമായി ബന്ധപ്പെടുകയും ചെയ്യുന്നു. തുടർന്ന്, പേർക്കിൻസ് സ്കൂൾ ആനി സള്ളിവൻ എന്ന അവരുടെ ഒരു മുൻ വിദ്യാർത്ഥിയെ കെല്ലർ ഭവനത്തിൽ ഒരു ഗൃഹാധ്യാപിക ആയി അയയ്ക്കുന്നു. സ്ഥിരോത്സാഹം, സ്നേഹം, ശാഠ്യം എന്നിവയിലൂടെ ഹെലന്റെ നിശബ്ദതയുടെയും ഇരുട്ടിന്റെയും മതിലുകൾ ആനി തകർക്കുമ്പോൾ, അവളുടെ കൈ അടയാളങ്ങളും ഹെലന്റെ ലോകത്തിലെ വസ്തുക്കളും തമ്മിൽ ഒരു ബന്ധം സ്ഥാപിക്കാൻ ഹെലനെ പഠിപ്പിക്കുന്നതിലൂടെ ഹെലൻ കെല്ലർ വിശാലലോകത്തിലേക്ക് അതിന്റെ വൈവിധ്യങ്ങളിലേക്ക് ഇറങ്ങി നടക്കാൻ ആരംഭിക്കുന്നു.

വാണിജ്യപരമായി വിജയമായിരുന്നില്ലെങ്കിലും സിനിമ കലാമൂല്യമുള്ള ഒന്നായി വിലയിരുത്തപ്പെട്ടു. കഥാഗതി പ്രേക്ഷർക്ക് മനസിലാക്കിക്കൊടുക്കുന്നതിൽ ആർതർ പെൻ വിജയിച്ചു എന്ന് തന്നെ വിലയിരുത്തപ്പെടുകയും ചെയ്യുന്നു.

'ദി സ്റ്റോറി ഓഫ് മൈ ലൈഫ്' എന്ന ഹെലൻ കെല്ലറുടെ ആത്മകഥ വേറെയും ഒട്ടനവധി സൃഷ്ടികൾക്ക് പ്രചോദനമായിട്ടുണ്ട്. സഞ്ജയ് ലീല ബൻസാലിയുടെ രണ്ടായിരത്തി അഞ്ചിൽ പുറത്തിറങ്ങിയ 'ബ്ളാക്ക്' എന്ന ചിത്രം അന്ധയും ബധിരയുമായ മിഷേൽ എന്ന പെൺകുട്ടിയെയും ദേബ്‌രാജ് എന്ന അവളുടെ അധ്യാപകന്റെയും കഥയാണ് പറയുന്നത്. റാണി മുഖർജിയും അമിതാഭ് ബച്ചനും മുഖ്യവേഷത്തിൽ അഭിനയിച്ച ഈ ചിത്രം ആ വർഷത്തെ മികച്ച നടനുള്ള ദേശീയ പുരസ്കാരം അമിതാഭ് ബച്ചന് നേടിക്കൊടുത്തു, ഒപ്പം മികച്ച ഹിന്ദി ചലച്ചിത്രത്തിനും, മികച്ച വസ്ത്രാലങ്കാരത്തിനുള്ള പുരസ്കാരങ്ങളും ബ്ളാക്കിനു ലഭിച്ചു.

മികച്ച നടൻ, നടി, സംവിധായകൻ, മികച്ച ചിത്രം എന്നീ നാല് പുരസ്കാരങ്ങൾ ഫിലിം ഫെയർ പുരസ്കാരവേദിയിൽ നേടുക എന്ന അപൂർവതയും ഈ ചിത്രത്തിന് ലഭ്യമായി. ഇത് കൂടാതെ ഒട്ടനവധി പുരസ്കാരങ്ങൾ ദേശീയ/അന്തർദേശീയ തലത്തിൽ നേടാനും കഴിഞ്ഞ ഈ ചിത്രത്തിൽ ഹെലന്റെ കുട്ടിക്കാലത്തെ ജീവിതകഥ ഏതാണ്ട് അങ്ങനെ തന്നെ സ്വീകരിച്ചിട്ടുണ്ട്. ആനി സള്ളിവൻ എന്ന ഗൃഹാധ്യാപികയ്ക്ക് പകരം അമിതാഭ് ബച്ചൻ അധ്യാപകനായി വരുന്നു എന്നതു മാത്രമായിരുന്നു വ്യത്യാസം. അമിതാഭിന്റെ കഥാപാത്രം മിഷേൽ എന്ന തന്റെ വിദ്യാർത്ഥിനിയുടെ കഥാപാത്രത്തിനൊപ്പം സങ്കീർണതകളും സംഘർഷങ്ങളും നിറഞ്ഞ ജീവിതത്തിലൂടെ കടന്നു പോകുന്നതായി മാറ്റിയെടുത്തുകൊണ്ടു ഇന്ത്യൻ പ്രേക്ഷകർക്ക് വേണ്ടി ഒരുക്കുകയായിരുന്നു എന്ന് സഞ്ജയ് ലീലാ ബൻസാലി തന്നെ പിന്നീട് അഭിമുഖങ്ങളിൽ വെളിപ്പെടുത്തി.

യാത്രകൾ

ആയിരത്തി എണ്ണൂറ്റി തൊണ്ണൂറ്റി മുന്നിലാണ് ഹെലനും ആനി സള്ളിവനും വാഷിങ്ടൺ സന്ദർശിക്കുന്നത്. തുടർന്ന് അവർ നയാഗ്രാ വെള്ളച്ചാട്ടം സന്ദർശിക്കുകയും ചിക്കാഗോയിലെ മിഡ്‌വെ പ്ലേയ്സൻസ് പാർക്കിൽ നടന്ന ആഗോള പ്രദർശനമേളയിൽ വേൾഡ് ഫെയറിൽ പങ്കെടുക്കുകയും ചെയ്തു. വേൾഡ് ഫെയർ

എന്നത് എന്തെന്നു പോലുമറിയാത്തയാളായിരുന്നു ഹെലൻ. അങ്ങനെയുള്ള ഒരുവൾ നയാഗ്ര കണ്ടാൽ എങ്ങനെയിരിക്കും? ജല ഗാംഭീര്യത്തിന്റെ ഇരമ്പവും, നിപതനവേളയിൽ ചിതറുന്ന തുള്ളികളും, തിരകളും ചുഴികളും ഒന്നും നേരിട്ട് കണ്ടറിയാനോ കേട്ടറിയാനോ ആവാത്ത ഒരു പെൺകുട്ടി നയാഗ്രാ വെള്ളച്ചാട്ടം സന്ദർശിച്ചാൽ എന്താവും അവൾ മനസിലാക്കുക?

'പരിമിതികൾക്കൊപ്പം അവ മറികടക്കാനുള്ള ശ്രമങ്ങളുടെ തുടക്കവും ഉണ്ടാകുന്നു' ഏതാണ്ട് ഈ അർഥം വരുന്നൊരു പഴഞ്ചൊല്ല് ഒരു ആഫ്രിക്കൻ ഗോത്രത്തിൽ പെട്ടവർ പറയാറുണ്ടെന്നു എവിടെയോ വായിച്ചതോർക്കുന്നു. ഹെലൻ കെല്ലർക്ക് കാഴ്ചയോ കേൾവിയോ ഇല്ലായിരിക്കാം. എന്നാൽ, അവളുടെ നാസാരന്ധ്രങ്ങൾക്ക്, ത്വക്കിന്, നാവിനു ഒക്കെ കാര്യങ്ങൾ ഗ്രഹിക്കാനുള്ള അപാരമായ ശേഷി നിരന്തരമായ ശ്രമങ്ങളിലൂടെ കൈവരിക്കപ്പെട്ടിരുന്നു എന്നത് നാം ഓർക്കണം. നയാഗ്രാ പോലെ ഒരു അതീവ ഗാംഭീര്യമുള്ള വെള്ളച്ചാട്ടം അതിന്റെ നിപതന സമയത്തു ഭൂതലത്തിൽ ഉണ്ടാക്കുന്ന കമ്പനങ്ങൾ. വായുവിലേക്ക് ചിതറുന്ന അതിസൂക്ഷ്മ ജലകണങ്ങൾ, ഊഷ്മാവിലെ വ്യതിയാനം, വായുവിന്റെ ഗന്ധത്തിലെ വ്യതിയാനങ്ങൾ, വായുവിന്റെ രുചിഭേദം ഇതൊക്കെ തിരിച്ചറിഞ്ഞു സാഹചര്യം ഊഹിക്കാൻ അവൾക്കാകുമായിരുന്നു. കാഴ്ചയും കേൾവിയും ഉള്ളവരിൽ നിന്നും വ്യത്യസ്തമായിട്ടുള്ളതും സങ്കീർണ്ണവും അതേസമയം, മറ്റൊരു രീതിയിൽ കൃത്യത ഉള്ളതുമായ ഒരു അനുഭവമായിരിക്കാം അവൾക്ക് നയാഗ്ര നൽകിയിട്ടുണ്ടാവുക. അതങ്ങനെ തന്നെ ആയിരുന്നിരിക്കണം അല്ലെങ്കിൽ തന്റെ ആത്മകഥയിൽ ആ അനുഭവം അവൾ എടുത്തു പറയുമായിരുന്നില്ലല്ലോ.

വേൾഡ് ഫെയർ അന്താരാഷ്ട്രാ പ്രദർശന വേദിയിൽ അവളെ കാത്തിരുന്നത് ഒരുപാടു അത്ഭുതങ്ങളാണ്. ലോകത്തിന്റെ നാനാഭാഗത്തു നിന്നും ഉള്ള ആളുകൾ അവരുടെ ഉത്പന്നങ്ങളും മാതൃകകളും അവിടെ പ്രദർശനത്തിനെത്തിച്ചിരുന്നു. ഓരോന്നും ക്ഷമാപൂർവം വിശദീകരിക്കാൻ ആനിയും സംശയങ്ങൾ തീർക്കാൻ സാക്ഷാൽ അലക്സാണ്ടർ ഗ്രഹാംബെല്ലും അവളുടെ ഒപ്പമുണ്ടായിരുന്നത് കൊണ്ട് അതിഗംഭീരമായ ഒരു അനുഭവമായിരുന്നു അതെന്നു ഹെലൻ പിൽക്കാലത്തു രേഖപ്പെടുത്തിയിട്ടുണ്ട്.

ഡോക്ടർ അലക്സാണ്ടർ ഗ്രഹാംബെല്ലിന്റെ ശുപാർശയിൽ അന്താരാഷ്ട്ര പ്രദർശന നടത്തിപ്പുകാരനായ മിസ്റ്റർ ഹിഗിൻ ബോ

തം പ്രദർശനവസ്തുക്കളെ തൊട്ടറിയാൻ ഹെലന് അനുവാദം നൽകി. അത്ഭുതങ്ങളുടെ ഒരു കലവറ തന്റെ മുന്നിൽ തുറന്നതായും 'അറേബ്യൻ രാത്രികൾ' എന്നപോലെ ഓരോന്നും തന്റെ മുന്നിൽ തെളിഞ്ഞുവന്നതായും ഹെലൻ തന്റെ ആത്മകഥയിൽ ഇതേക്കുറിച്ചെഴുതി.

പുസ്തകങ്ങളിലൂടെ മാത്രം അവൾ അറിഞ്ഞ ഇന്ത്യ. അവൾ വായിച്ചു അറിഞ്ഞിട്ടുള്ള പരമശിവന്റെ രൂപത്തിലെ പ്രതിമയും, ആനദൈവം എന്ന് വിദേശികൾ രേഖപ്പെടുത്തിയിട്ടുള്ള ഗണപതിയുടെ പ്രതിമയും ഒക്കെ അവിടെ പ്രദർശനത്തിനുണ്ടായിരുന്നു. കെയ്റോ നഗരമാതൃകയിൽ അവൾ വിരലുകൾ കൊണ്ട് മസ്ജിദുകളും ഒട്ടകങ്ങളുടെ നീണ്ട നിരയും പിരമിഡുകളും 'കണ്ടു'. വെനീസ്, വൈക്കിങ് കപ്പലുകൾ, കൊളംബസിന്റെ സാന്റാ മരിയാ കപ്പൽ തുടങ്ങിയവയുടെ മാതൃകകളും അവളിൽ കൗതുകമുണർത്തി. കൊളംബസിന്റെ മണൽ ഘടികാരം അവളിൽ ചിന്തകളുടെ തിരമാലകൾ തന്നെ ഉണർത്തി. ലക്ഷ്യം കാണാൻ ആവില്ലെന്നുറപ്പിച്ച ദിനങ്ങളിൽ കൊളംബസ് ഈ മണൽ ഘടികാരത്തിലൂടെ ഊർന്നു പോകുന്ന മണലിനെ നോക്കിയിരുന്നപ്പോൾ അദ്ദേഹത്തിന്റെ ചിന്തകൾ എപ്രകാരമായിരിക്കാം എന്നവൾ അത്ഭുതപ്പെട്ടു.

ഇവിടെ നിന്നും വജ്രഖനന രീതികൾ പഠിക്കാനും ഹെലന് സാധിച്ചു. ഫ്രഞ്ച് വെങ്കല ശില്പങ്ങളിൽ നിന്ന് കൊച്ചു കൊച്ചു വിശദാംശങ്ങൾ പോലും ശ്രദ്ധിക്കുന്ന ഫ്രഞ്ച് കലാകാരമാരുടെ കരവിരുതും അവൾ തിരിച്ചറിഞ്ഞു.

വൈദ്യുതിയുമായി ബന്ധമുള്ള പ്രദർശനശാലയിൽ ഗ്രഹാം ബെൽ അവളോട് ഫോണോഗ്രാഫ്, ടെലിഫോൺ തുടങ്ങിയവയുടെ പ്രവർത്തന രീതികൾ വിശദീകരിച്ചു കൊടുത്തു. നരവംശശാസ്ത്രത്തിന്റെ പ്രദർശനശാലയിൽ ചരിത്രവും പൗരാണികതയും അവളെ 'പുണർന്നു' എന്ന് അവൾക്ക് തോന്നി. മെക്സിക്കൻ ചരിത്രത്തിൽ പ്രത്യേക താല്പര്യമുണ്ടായിരുന്നു ഹെലന് മുന്നേ തന്നെ അതിനാൽ അത്തരം പ്രദർശനവസ്തുക്കൾ അവളെ അതീവ സന്തുഷ്ടയാക്കി. ഈജിപ്ഷ്യൻ മമ്മികൾ, ശിലായുഗത്തിലെ ചില ഉപകരണങ്ങൾ തുടങ്ങി വൈജ്ഞാനിക ദാഹം തീർക്കാനുതകുന്ന ഒട്ടനവധി കാര്യങ്ങൾ അവിടെയുണ്ടായിരുന്നു. അങ്ങനെ ഒറ്റയടിക്ക് അറിവിന്റെ മായാലോകത്തു പെട്ട പ്രതീതി ഹെലനെ പോലെ അത്രമേൽ ജിജ്ഞാസുവായ ഒരു കുട്ടിക്ക് അനുഭവപ്പെട്ടതിൽ അത്ഭുതമില്ല.

ആഗോള പ്രദർശനത്തിന്റെ അലയൊലികൾ ഹെലന്റെ ഹൃദയത്തിൽ അവസാനിച്ചിരുന്നില്ല. അതൊരു ഒഴുക്കായി. ഫ്രഞ്ച്, ലാറ്റിൻ ഭാഷകൾ പഠിക്കാനും അക്കാലത്തു അവൾക്ക് അവസരം കിട്ടി. ഒപ്പം അമേരിക്കൻ ഐക്യനാടുകൾ, ഗ്രീക്ക്, റോമൻ ചരിത്രം തുടങ്ങി ഒട്ടേറെ വിഷയങ്ങൾ അവൾ പഠിക്കാൻ ആരംഭിച്ചു. അവളുടെ വിജ്ഞാന മേഖല അനുസ്യൂതം വികസിച്ചുകൊണ്ടിരുന്നു.

റൈറ്റ്- ഹ്യൂമിസോൺ സ്കൂൾ

1894-ലെ വേനൽക്കാലത്ത്, അമേരിക്കൻ അസോസിയേഷന്റെ നേതൃത്വത്തിൽ ബധിരരായ ആളുകളെ സംസാരിക്കാൻ പഠിപ്പിക്കുന്നത് പ്രോത്സാഹിപ്പിക്കുക എന്ന ലക്ഷ്യത്തോടെ നടത്തപ്പെട്ട ഒരു യോഗത്തിൽ ഹെലൻ കെല്ലറും ആനി സള്ളിവനും പങ്കെടുത്തു. ന്യൂയോർക്ക് സിറ്റിയിലെ ബധിരർക്കുള്ള റൈറ്റ്-ഹ്യൂമസൺ സ്കൂളിൽ ഹെലൻ കെല്ലർക്ക് പ്രവേശനം ഉറപ്പാക്കാൻ ആ യോഗത്തിലൂടെ കഴിഞ്ഞു. സംസാരഭാഷയിൽ കൂടുതൽ പ്രാവീണ്യം നേടാനും മറ്റുള്ളവരുടെ മുഖചലനങ്ങൾ മനസിലാക്കി അവരുടെ സംസാരം തിരിച്ചറിയാനും ഉള്ള ശേഷി വർധിപ്പിക്കാൻ വേണ്ടിയാണ് ആ വിദ്യാലയം തന്നെ അവർ തിരഞ്ഞെടുത്തത്. അതോടൊപ്പം കണക്ക്, ഭൗതികശാസ്ത്രം എന്നിവയിലും ഫ്രഞ്ച്, ജർമ്മൻ ഭാഷയിലും വിദഗ്ധ പരിശീലനം നേടാനും അവിടെ പാഠ്യപദ്ധതികൾ ഉണ്ടായിരുന്നത് ഹെലൻ തിരഞ്ഞെടുക്കുകയും ചെയ്തു. തങ്ങളുടെ വിദ്യാർത്ഥികൾക്ക് പുസ്തകവായനയിലും മെച്ചപ്പെട്ട പരിശീനം നൽകുന്നതിൽ റൈറ്റ് - ഹ്യൂമസോൺ സ്കൂൾ പ്രത്യേകം ശ്രദ്ധിച്ചിരുന്നു.

1894 ഒക്ടോബറിൽ ഹെലൻ റൈറ്റ്-ഹ്യൂമസോൺ സ്കൂളിൽ ചേർന്നു. സ്പർശന ഭാഷയിൽ പ്രാവീണ്യമുണ്ടായിരുന്ന മിസ് റീമ എന്ന അധ്യാപികയുടെ സഹായത്തോടെ ജർമ്മൻ ഭാഷയിൽ വളരെ പെട്ടെന്ന് തന്നെ മികച്ച നിലവാരം നേടാൻ ഹെലന് കഴിഞ്ഞു പക്ഷേ, ഫ്രഞ്ചിലും, കണക്കിലും അത്രമേൽ മികവ് പുലർത്താൻ അവൾക്ക് കഴിഞ്ഞുമില്ല. സംസാര ഭാഷയിലും പ്രതീക്ഷിച്ചത്ര മികവ് നേടാൻ ഹെലൻ കെല്ലർക്ക് കഴിഞ്ഞില്ല.

ഇതൊക്കെയാണെങ്കിലും അവൾ സന്തുഷ്ടയായിരുന്നു. ന്യൂയോർക്ക് നഗരവും അവിടത്തെ സെൻട്രൽ പാർക്കും മറ്റിടങ്ങളും അവൾക്കും പ്രിയപ്പെട്ടതായി. രണ്ടു വർഷത്തെ പഠനത്തിന് ശേഷം ഹെലൻ കെല്ലർ തിരികെ അലബാമയിലേക്ക് മടങ്ങി.

കോളേജ് വിദ്യാഭ്യാസം നേടണമെന്നും ബിരുദധാരിയാവണമെന്നും ബാല്യകാലം മുതലേ ഹെലൻ ആഗ്രഹിച്ചിരുന്നു. അതിനായി ഹാർവാർഡ് യൂണിവേഴ്സിറ്റിയുടെ ബിരുദപഠനത്തിൽ പങ്കെടുക്കണം എന്ന് കുട്ടിക്കാലത്തു തന്നെ സഹപാഠികളോട് ഹെലൻ വെളിപ്പെടുത്തിയിരുന്നു.

എന്നാൽ ഹാർവാർഡ് യൂണിവേഴ്സിറ്റി അക്കാലത്തു നേരിട്ട് വനിതാ വിദ്യാർത്ഥിനികളെ പ്രവേശിപ്പിക്കുന്നതിൽ വിമുഖരായിരുന്നു. പലവിധ ശ്രമങ്ങൾ സമൂഹത്തിലെ പല കോണുകളിൽ നിന്നും പ്രമുഖരിൽ നിന്നും ഒക്കെ ഉണ്ടായിട്ടും അവർ അതിനു തയാറായിരുന്നില്ല. എന്നാൽ വിദ്യാർഥിനികൾക്ക് മാത്രമായി ഒരു അനക്സ് എന്ന നിലയിൽ റാഡ്ക്ലിഫ് കോളേജ് തുടങ്ങിയപ്പോൾ തത്വത്തിൽ അത് അംഗീകരിക്കാൻ ഹാർവാർഡ് തയാറായി. അപ്പോഴും റാഡ്ക്ലിഫ് ബിരുദങ്ങൾ ഹാർവാർഡ് യൂണിവേഴ്സിറ്റിയുടെ പേരിൽ അല്ല റാഡ്ക്ലിഫിന്റെ പേരിലാണ് നല്കപ്പെട്ടിരുന്നത്. കൊളംബിയ, യേൽ യൂണിവേഴ്സിറ്റികൾ ഒക്കെ വനിതാ വിദ്യാർത്ഥിനികളെ സ്വീകരിക്കുന്നതിനെക്കുറിച്ച് ചർച്ചകൾ ആരംഭിച്ചപ്പോഴും ഹാർവാർഡ് മുഖം തിരിച്ചു നിന്നു.

വിദ്യാർഥിനികൾക്ക് ഉന്നത വിദ്യാഭ്യാസം എന്നത് അസാധ്യമായിരുന്ന ചില യൂറോപ്യൻ രാജ്യങ്ങളിൽ നിലനിന്നിരുന്ന പാരമ്പര്യം അമേരിക്കൻ കുടിയേറ്റക്കാരിലും നിലനിന്നത് കൊണ്ടാവണം ഇതുണ്ടായതെന്നു നിരീക്ഷിക്കപ്പെടുന്നു. അതിനപ്പുറം വെല്ലസ്ലി കോളേജ് തുടങ്ങി മസാച്യുസെറ്റ്സിലും മറ്റും ഉള്ള ചില സ്ഥാപനങ്ങൾ വനിതകൾക്ക് ഉന്നതവിദ്യാഭ്യാസം നേടാൻ അവസരം ഒരുക്കിയിരുന്നു. എങ്കിലും അവിടങ്ങളിലെ വിഷയ വൈപുല്യക്കുറവും സിലബസിലെ ലാളിത്യവും ഹാർവാർഡ് ബിരുദം നേടി വരുന്ന പുരുഷന്മാരേക്കാൾ ഒരുപടി താഴ്ന്ന നിലയിൽ മാത്രമേ വനിതകൾക്ക് ഇടം നൽകിയിരുന്നുള്ളൂ.

ഈ അവസ്ഥ മറികടക്കാൻ റാഡ്ക്ലിഫ് കോളേജ് വിപുലവും വൈവിധ്യവുമായ സിലബസ് ആവിഷ്കരിക്കയും ഹാർവാർഡിൽ നിന്നും തന്നെ അധ്യാപകരെ കൊണ്ടുവന്നു പഠിപ്പിക്കാൻ ഏർപ്പാടുകൾ ചെയ്യുകയും ചെയ്തു. റാഡ്ക്ലിഫ് കോളേജിൽ കോഴ്സുകൾ ഇംഗ്ലീഷ്, ഫ്രഞ്ച്, ലാറ്റിൻ, ജർമ്മൻ, സ്പാനിഷ്, ഗ്രീക്ക്, ഇറ്റാലിയൻ എന്നീ ഭാഷകളിൽ പഠിക്കാനുള്ള അവസരം നൽകുകയും ചെയ്തിരുന്നു. പിൽക്കാലത്തു ഹാർവാർഡ് യൂണിവേഴ്സിറ്റിയുമായി ഒരു 'ബിരുദദാന കമ്മിറ്റി' എന്ന വ്യവസ്ഥ അംഗീകരിക്കപ്പെ

ടുകയും, റാഡ്ക്ലിഫിലെ വിദ്യാർത്ഥിനികളെ ഹാർവാർഡ് വിദഗ്ധ സമിതി പരീക്ഷ നടത്തി ബിരുദം നൽകുന്ന ഒരു ഏർപ്പാട് നിലവിൽ വരികയും ചെയ്തു. എന്നാൽ ആ രീതിയിൽ ബിരുദം നേടണം എങ്കിൽ റാഡ്ക്ലിഫിൽ പ്രവേശനം നേടുന്ന വിദ്യാർഥിനികൾക്ക് ഹാർവാർഡിനു സമാനമായ ഒരു പ്രവേശനപരീക്ഷ പാസാകേണ്ടതുണ്ടായിരുന്നു.

ഹെലൻ കെല്ലർ ആകട്ടെ തനിക്കുള്ള ശാരീരിക പരിമിതികൾ കാരണം പഠനം നടത്തിയിരുന്നത് വിശേഷ വിദ്യാലയങ്ങളിൽ ആയിരുന്നു. അതിനാൽ അവൾക്ക് റാഡ്ക്ലിഫ് പ്രവേശനം സാധ്യമാക്കാൻ വേണ്ട പ്രവേശന പരീക്ഷ എന്ന കടമ്പ കടക്കണമെങ്കിൽ ഔപചാരികമായ അല്ലെങ്കിൽ മുഖ്യധാരാ വിദ്യാഭ്യാസം അനിവാര്യമായി. അതൊരു കീറാമുട്ടിയായിരുന്നു. അന്ധയും ബധിരയുമായ വിദ്യാർത്ഥികളെ മറ്റുള്ളവർക്കൊപ്പം പഠിപ്പിക്കുക എന്നത് എങ്ങനെ വേണമെന്ന് ആർക്കും ഒരു നിശ്ചയവും ഇല്ലായിരുന്നു. ഹെലന് മനസിലാക്കാൻ ആവുന്ന വിധത്തിലുള്ള 'മുഖചലന വായനാ രീതിയും' അത്തരമൊരു വിദ്യാലയത്തിൽ സാധ്യമായിരുന്നില്ല.

കേംബ്രിഡ്ജ് സ്കൂൾ അധികൃതരുമായി നടത്തിയ ഒരു ചർച്ച അതിനും വഴി കണ്ടെത്തി. ഹെലനോപ്പം ക്ലാസ് അറ്റൻഡ് ചെയ്യാൻ ആനി സള്ളിവനെ അനുവദിക്കുക എന്നതായിരുന്നു ആ പോംവഴി! അധ്യാപകർ പറയുന്നത് അല്ലെങ്കിൽ അവർ ബോർഡിലോ മറ്റോ പ്രദർശിപ്പിക്കുന്നത് അവൾക്ക് മനസിലാകുന്ന വിധത്തിൽ സ്പർശന ഭാഷയിലേക്ക് തത്സമയം തർജമ ചെയ്യുക എന്ന ജോലിയാണ് ആനി സള്ളിവൻ നിർവഹിക്കേണ്ടത്. ആ വ്യവസ്ഥയിൽ ഹെലൻ കെല്ലർ 1896 ഒക്ടോബറിൽ കേംബ്രിഡ്ജ് സ്കൂളിൽ പ്രവേശിപ്പിക്കപ്പെട്ടു.

കേംബ്രിഡ്ജ് സ്കൂളിൽ ഒരുപാട് പ്രായോഗിക ബുദ്ധിമുട്ടുകൾ നേരിട്ടുവെങ്കിലും ഒടുവിൽ ഹെലൻ മികച്ച രീതിയിൽ വിദ്യാഭ്യാസം പൂർത്തിയാക്കി. പ്രവേശന പരീക്ഷയിലും നിരവധി കടമ്പകൾ അവൾക്ക് കടന്നു പോകേണ്ടതായി വന്നു. എങ്കിലും കേംബ്രിഡ്ജ് സ്കൂളിലെ സുഹൃത്തുക്കളുടെയും അധ്യാപകരുടെയും നിസ്സീമമായ പിന്തുണ ലഭിച്ചതോടെ അതൊക്കെ കടന്നു പോകാൻ അവൾക്ക് കഴിഞ്ഞു. ഹാർവാർഡിലെ കണിശമായ നിബന്ധനകൾ ഉള്ള പ്രവേശന പരീക്ഷ ഭംഗിയായി പൂർത്തിയാക്കാനും റാഡ്ക്ലിഫിൽ പ്രവേശനം നേടാനും ഹെലൻ കെല്ലർക്ക് സാദ്ധ്യമായി.

റാഡ്ക്ലിഫിലെ പഠനത്തിന് ചിലവും കൂടുതലായിരുന്നു. എന്നാൽ ഹെലന്റെ കഴിവുകളിൽ വിശ്വാസവും അവളുടെ നേട്ടങ്ങളിൽ ശ്രദ്ധാലുവുമായിരുന്ന മാർക്ക് ട്വൈൻ (അമേരിക്കയിലെ പ്രശസ്ത ജനപ്രിയ സാഹിത്യകാരനായ സാമുവൽ ലാങ്ങ് ഹോൺ ക്ലെമെൻസ് ആണ് മാർക് ടയിൻ എന്ന തൂലികനാമത്തിൽ അറിയപ്പെടുന്നത്.)അവളെസഹായിക്കണം എന്നാവശ്യപ്പെട്ടതിന്റെ പേരിൽ സ്റ്റാൻഡേർഡ് ഓയിൽ കമ്പനിയിലെ ഉന്നത പദവിയിൽ ഉണ്ടായിരുന്ന ഹെൻറി ഹുക്കറ്റ്ലെസ്റ്റൺ റോജർസ്, അദ്ദേഹത്തിന്റെ ഭാര്യ ആബ്ബി എന്നിവർ ഹെലന്റെ പഠന ചിലവ് ഏൽക്കാൻ തയ്യാറായി.

റാഡ്ക്ലിഫിലെ ബിരുദപഠനം അത്ര എളുപ്പമൊന്നുമായിരുന്നില്ല. ഹെലന്റെ പാഠ്യപദ്ധതിയിൽപ്പെട്ട പല പുസ്തകങ്ങളും അവൾക്ക് മനസിലാകുന്ന ബ്രെയ്‌ലി ഭാഷയിലോ പ്രതലത്തിൽ നിന്നു പൊങ്ങി നിൽക്കുന്ന അക്ഷരരൂപങ്ങളിലോ പുനർ നിർമ്മിക്കപ്പെട്ടിരുന്നവ ആയിരുന്നില്ല എന്നതായിരുന്നു ആദ്യത്തെ തടസം. ആനി സള്ളിവന് പോലും മനസിലാക്കാൻ കഴിയുന്നതിലും അധികം സങ്കീർണ്ണത പല വിഷയങ്ങളിലും ഉണ്ടായിരുന്നു എന്നത് മറ്റൊരു കടമ്പയായിരുന്നു.

സമയം എടുത്തു ഓരോ പ്രശ്നങ്ങളും അവൾ മറികടന്നു. സ്പർശന ഭാഷ അറിയാവുന്നവരുടെ സഹായത്തോടെ ബ്രയിലിയിൽ അല്ലാത്ത പുസ്തകങ്ങൾ അവൾ സമയമെടുത്തു തന്റെ ടൈപ്പ് റൈറ്റർ സഹായത്തോടെ നോട്ടുകൾ നിർമിച്ചു. ബ്രീലിയിൽ എഴുതി സൂക്ഷിക്കാനും ശ്രമിച്ചു. അങ്ങനെ ഭഗീരഥ പ്രയത്നം നടത്തിയതിന്റെ പേരിൽ ആയിരത്തി തൊള്ളായിരത്തി നാലിൽ റാഡ്ക്ലിഫിൽ നിന്നും ബിരുദം നേടുന്ന ആദ്യത്തെ അന്ധ-ബധിര വിദ്യാർഥിനിയായി അവൾ 'ബാച്ചലർ ഓഫ് ആർട്സ്' പഠനം മികച്ച വിധത്തിൽ പൂർത്തിയാക്കുകയുണ്ടായി. ഒപ്പം അഭിമാനകരമായി കണക്കാക്കപ്പെടുന്ന 'ഫൈ ബീറ്റാ കാപ്പ' എന്ന മികച്ച വിദ്യാർത്ഥികളെ ഉൾപ്പെടുത്തി രൂപീകരിക്കപ്പെട്ട സമൂഹത്തിലേക്ക് അവൾക്ക് അംഗത്വവും ലഭിച്ചു.

സന്തോഷത്തിന്റെ ഒരു വാതിലടയുമ്പോൾ മറ്റൊന്ന് നമുക്കായി തുറന്നിട്ടുണ്ടാവും

'സന്തോഷത്തിന്റെ ഒരു വാതിലടയുമ്പോൾ മറ്റൊന്ന് നമുക്കായി തുറന്നിട്ടുണ്ടാവും. അടച്ചിട്ട വാതിലിനു മുന്നിൽ തുറക്കുന്നതും കാത്തിരിക്കുന്ന നാം നമുക്കായി തുറന്ന വാതിലുകൾ കണ്ടെ

ന്നു വരികയില്ല!' ഹെലൻ ഈ വാക്കുകൾ പറയുന്നത് അവരുടെ ജീവിതാനുഭവങ്ങളിൽ നിന്നാണ്.

ഹെലൻ കെല്ലറുടെ പ്രശസ്തമായ വാചകങ്ങളിലൊന്നാണിത്. ആയിരത്തി തൊള്ളായിരത്തി നാലിൽ ബിരുദം നേടിയ ശേഷം വായനയ്ക്കും എഴുത്തിനുമായി ഹെലൻ കൂടുതൽ സമയം ചിലവഴിക്കാൻ ആരംഭിച്ചു. ഇക്കാലത്തു അവരുടെ പുസ്തകങ്ങൾ പ്രസിദ്ധീകരിക്കാനും മറ്റും സഹായിച്ചിരുന്നത് ഹാർവാർഡ് യൂണിവേഴ്സിറ്റിയിലെ ഇൻസ്ട്രക്ടറും സാഹിത്യ നിരൂപകനുമായിരുന്ന ജോൺ ആൽബർട്ട് മേസിയായിരുന്നു.

ജോൺ ആൽബർട്ട് മേസി

ജോൺ ആൽബർട്ട് മേസി അഥവാ ജെ. എ. മേസി എഴുത്തുകാരനും, നിരൂപകനും, ഹാർവാർഡ് യൂണിവേഴ്സിറ്റിയിലെ അധ്യാപകനുമായിരുന്നു. ആദ്യകാല ന്യൂ ഇംഗ്ലണ്ട് കുടിയേറ്റക്കാരുടെ പിൻഗാമികളായ പവൽ മാസിയുടെയും ജാനറ്റ് ഫോസ്റ്റർ പാറ്റന്റെയും മകനായി ആയിരത്തി എണ്ണൂറ്റി എഴുപത്തിയേഴിൽ മിഷിഗനിലെ ഡെട്രോയിറ്റിലാണ് അദ്ദേഹം ജനിച്ചത്.

അദ്ദേഹത്തിന്റെ ബാല്യകാലം ബോസ്റ്റണിൽ ആയിരുന്നു. മസാച്യുസെറ്റ്സിലെ മാൾഡനിലുള്ള മാൾഡൻ ഹൈസ്കൂളിൽ വിദ്യാഭ്യാസം ആരംഭിച്ച ജോൺ മേസി 1895-ൽ ഇംഗ്ലീഷ് സാഹിത്യത്തിൽ പ്രാവീണ്യം നേടുകയും ഭാഗിക സ്കോളർഷിപ്പോടുകൂടി ഹാർവാർഡിൽ ഉന്നത പഠനം ആരംഭിക്കുകയും ചെയ്തു.

സ്കോളർഷിപ്പ് തുകയ്ക്ക് പുറത്തു പല ജോലികൾ ചെയ്തു പഠനത്തിനുള്ള തുക കണ്ടെത്തിയിരുന്ന മേസി തന്റെ പഠനത്തിൽ മികവ് പുലർത്തുകയും മികച്ച വിദ്യാർത്ഥിയായി അക്കാലത്തു തന്നെ ശ്രദ്ധ നേടുകയും ചെയ്തിരുന്നു. പാഠ്യേതര പ്രവർത്തനങ്ങളിലും മേസി തന്റെ മിടുക്ക് തെളിയിച്ചു. അദ്ദേഹം നിരവധി എലൈറ്റ് ക്യാമ്പസ് ക്ലബ്ബുകളിൽ അംഗമായിരുന്നു. പഠനകാലത്ത് തന്നെ കോളേജ് പത്രമായ ഹാർവാർഡ് അഡ്വക്കേറ്റിന്റെ ചീഫ് എഡിറ്ററായി അദ്ദേഹം സേവനമനുഷ്ഠിച്ചു, ഹാർവാർഡ് ലാംപൂൺ എന്ന ആക്ഷേപഹാസ്യ മാസികയിൽ എഡിറ്റർ എന്ന നിലയിലും മേസി പ്രവർത്തിച്ചിരുന്നു.

അക്കാലത്തു തന്നെ നല്ലൊരു കവിയായി മേസി അറിയപ്പെട്ടിരുന്നു. 1899-ൽ ബഹുമതികളോടെ ബിരുദം നേടിയ അദ്ദേഹം 'ഫൈ ബീറ്റാ കാപ്പയിലേക്കും' തിരഞ്ഞെടുക്കപ്പെട്ടു.

ബിരുദാനന്തര ബിരുദം നേടിയ മേസി ഹാർവാർഡിൽ തന്നെ തുടർന്നു, വർഷങ്ങളോളം ഇംഗ്ലീഷ് ഡിപ്പാർട്ട്മെന്റിൽ പഠിപ്പിക്കുകയും ഒപ്പം ഉപരിപഠനം തുടരുകയും ചെയ്ത അദ്ദേഹം 1900-ൽ മാസ്റ്റർ ഓഫ് ആർട്ട്സ് ബിരുദം നേടുകയും ചെയ്തു. അതിനടുത്ത വർഷം ബോസ്റ്റൺ ആസ്ഥാനമായി പ്രവർത്തിക്കുന്ന ഒരു പ്രമുഖ കുട്ടികളുടെ മാസികയായ 'യൂത്ത്സ് കമ്പാനിയന്റെ' അസോസിയേറ്റ് എഡിറ്ററായി.

ജോൺ മേസി ഹാർവാർഡ് യൂണിവേഴ്സിറ്റിയിൽ അധ്യാപകനായി തുടരുന്ന സമയത്താണ് ലെനോർ സ്മിത്ത് എന്ന ഹെലൻ കെല്ലറുടെയും മെസിയുടെയും പൊതു സുഹൃത്ത് അവരെ തമ്മിൽ പരിചയപ്പെടുത്തുന്നത്. അക്കാലത്തു ഹെലൻ തന്റെ ആത്മകഥ- ദി സ്റ്റോറി ഓഫ് മൈ ലൈഫ്-എഴുതാൻ ആരംഭിച്ചിരുന്നു. അതിന്റെ പ്രസിദ്ധീകരണത്തിന് ഹെലനെ സഹായിക്കാൻ മേസിക്ക് കഴിഞ്ഞേക്കുമെന്നു ലെനോർ സ്മിത്ത് കരുതി.

കഠിനമായ വൈകല്യങ്ങൾക്കെതിരെ പൊരുതി വിജയം നേടിയ ഹെലൻ കെല്ലർ മേസിയെ അതിശയിപ്പിച്ചു. അപ്പോഴേക്കും ആഗോള പ്രശസ്തി നേടി തുടങ്ങിയിരുന്ന ഹെലന്റെ ആത്മകഥാ ദൗത്യത്തോട് പൂർണ്ണഹൃദയത്തോടെ സഹകരിക്കാൻ മേസി തയാറായി. ഒപ്പം അന്ധരും ബധിരരുമായി ആശയവിനിമയം നടത്താൻ ഉപയോഗിക്കുന്ന മാനുവൽ ഭാഷ മേസി പഠിച്ചെടുത്തു. കെല്ലറുടെ സഹകാരിയും അവളുടെ അധ്യാപികയുമായ സള്ളിവനുമായി അടുത്ത് പ്രവർത്തിച്ച്, മേസി കെല്ലറെ പുസ്തകം എഴുതാനും എഡിറ്റ് ചെയ്യാനും സഹായിച്ചു,

ജോൺ മേസിയുടെ ശ്രമങ്ങളുടെ ഫലമായി ന്യൂയോർക്ക് പ്രസിദ്ധീകരണ സ്ഥാപനമായ ഡബിൾഡേ, പേജ് ആൻഡ് കോയുമായി കെല്ലറുടെ, 'ദി സ്റ്റോറി ഓഫ് മൈ ലൈഫ്' പ്രസിദ്ധീകരിക്കാൻ സാമാന്യം ലാഭകരമായ കരാർ നേടിയെടുക്കാൻ മേസി ഹെലനെ സഹായിച്ചു. 1902-ൽ ലേഡീസ് ഹോം ജേണലിൽ ഇത് തുടർലേഖനങ്ങളായി വന്നപ്പോൾ തന്നെ ശ്രദ്ധിക്കപ്പെട്ടിരുന്നു. അടുത്ത വർഷം ഡബിൾഡേ, പേജ് ആൻഡ് കോ ആദ്യമായി 'സ്റ്റോറി ഓഫ് മൈ ലൈഫ്' പുസ്തകരൂപത്തിൽ പ്രസിദ്ധീകരിച്ചപ്പോൾ ആത്മകഥ കൂടുതൽ ശ്രദ്ധ നേടുകയും ചെയ്തു.

കെല്ലറുമായും സള്ളിവനുമായും മേസിയുടെ സഹകരണം അവർ തമ്മിൽ വളരെയധികം അടുത്ത ബന്ധമുണ്ടാകാൻ കാരണമായി. മേസിയാകട്ടെ കെല്ലറെ അവളുടെ എഴുത്തിൽ തുടർന്നും

സഹായിക്കുകയും അതേസമയം കെല്ലറെക്കുറിച്ച് നിരവധി ലേഖനങ്ങൾ എഴുതി വിവിധ മാധ്യമങ്ങളിലൂടെ പ്രസിദ്ധീകരിക്കുകയും ചെയ്തിരുന്നു.

കേംബ്രിഡ്ജിൽ വസിച്ചിരുന്ന കാലത്തും തുടർന്ന് മസാച്യുസെറ്റ്സിൽ റെൻഹാമിലും ഹെലനും ആനിയും വസിച്ചിരുന്ന കോട്ടേജിൽ മേസി ഒരു സ്ഥിരം സാന്നിദ്ധ്യമായിരുന്നു. ആനിയും ഹെലനുമാകട്ടെ തങ്ങൾ രണ്ടു വ്യക്തികൾ എന്നതിൽ നിന്ന് മാറി ഒരു വ്യക്തി എന്നപോലെ അത്രമേൽ പരസ്പരം ആശ്രയിച്ചിരുന്ന കാലമായിരുന്നു അത്.

മേസിയെക്കാളും പതിനൊന്നു വയസു മൂപ്പുണ്ടായിരുന്ന ആനി സള്ളിവനോട് മേസിക്ക് ഇതിനിടയിൽ പ്രണയം ജനിച്ചത് ആനി കണ്ടില്ലെന്നു നടിച്ചു. എന്നാൽ, ജോൺ മേസി പിന്മാറിയില്ല! ക്ഷമയോടെ കാത്തിരുന്ന അദ്ദേഹം ഒടുവിൽ ആനിയുടെ സമ്മതം നേടിയെടുക്കുന്നതിൽ വിജയിച്ചു. ജോൺ ആൽബർട്ട് മേസിയും ആനി സള്ളിവനും ആയിരത്തി തൊള്ളായിരത്തി അഞ്ചിൽ വിവാഹിതരായി.

ആനി സള്ളിവൻ മേധാവിത്വപരമായ സ്വഭാവസവിശേഷതകൾ ഉള്ള ഒരു വനിതയായിരുന്നു. അതിലുപരി ഹെലൻ കെല്ലർ ആനിയുടെ ജീവിതത്തിന്റെ ഏറ്റവും പ്രധാന ഭാഗവുമായിരുന്നു. ഇക്കാരണം കൊണ്ടുതന്നെ മേസി-സള്ളിവൻ ദമ്പതിമാർക്ക് തങ്ങൾക്കായി സ്വകാര്യസമയം കണ്ടെത്താൻ പലപ്പോഴും കഴിഞ്ഞിരുന്നില്ല. മെല്ലെ മെല്ലെ ആനി സള്ളിവൻ- ജോൺ മേസി ദാമ്പത്യം അതിലുണ്ടാകേണ്ട ഇഴയടുപ്പം നഷ്ടപ്പെട്ടു കേവലം ഔപചാരികത മാത്രമായി മാറി.

വ്യക്തിജീവിതത്തിലെ ഈ സമ്മർദങ്ങൾ ജോൺ മേസിയെ മദ്യപാനം ഒരു ശീലമാക്കുന്നതിലേക്ക് എത്തിച്ചുവെന്നു പിൽക്കാലത്തു അദ്ദേഹത്തിന്റെ ജീവിതം നോക്കി കണ്ട ജീവചരിത്രകാരന്മാർ അഭിപ്രായപ്പെടുന്നു. എന്തായാലും ഇടയ്ക്കിടെ പൊട്ടിത്തെറികളും താൽക്കാലിക വേർപിരിയലുകളുമായി മുന്നോട്ടു പോയ ആ ദാമ്പത്യം ആയിരത്തി തൊള്ളായിരത്തി പതിനാലോടെ വേർപിരിയലിൽ അവസാനിച്ചു. ഔദ്യോഗികമായി വിവാഹ മോചനം നൽകാൻ ആനി സള്ളിവൻ തയാറായിരുന്നില്ലെങ്കിലും പിന്നീട് ഒരിക്കലും ജോൺ മേസി അവരുടെ ജീവിതത്തിലേക്ക് വന്നില്ല.

ഹാർവാർഡിലെ ജോൺ മേസിയുടെ പ്രവർത്തന നാളുകൾ മുതൽ അദ്ദേഹം രാഷ്ട്രീയത്തിൽ താൽപ്പര്യം പ്രകടിപ്പിച്ചിരുന്നു.

1909 ആയപ്പോഴേക്കും അദ്ദേഹം സോഷ്യലിസത്തോടുള്ള കൂറ് പരസ്യമായി പ്രഖ്യാപിച്ചു. സോഷ്യലിസത്തോടുള്ള തന്റെ ആവേശം അദ്ദേഹം കെല്ലറുമായും സള്ളിവനുമായും പങ്കുവെച്ചു. ഹെലൻ കെല്ലർ ഒരു സോഷ്യലിസ്റ്റ് പക്ഷപാതിയാകാൻ കാരണം ഇത് കൂടിയാണ്. സമാന ചിന്താഗതിക്കാരനായിരുന്ന മാർക്ക് ട്വൈൻ തുടങ്ങിയവരും ഹെലനെ സ്വാധീനിച്ചിട്ടുണ്ടാവാം. എന്തായാലും, അവളുടെ ജീവിതത്തിലുടനീളം അവൾ സോഷ്യലിസ്റ്റ് പക്ഷപാതിത്വം വച്ചുപുലർത്തിയിരുന്നു.

ജോൺ മേസിയാകട്ടെ യൂത്ത്സ് കമ്പാനിയൻ മാസിയ്ക്കൊപ്പമുള്ള വർഷങ്ങളിൽ അറ്റ്ലാന്റിക് മാസിക ഉൾപ്പെടെയുള്ള പ്രമുഖ പ്രസിദ്ധീകരണങ്ങളിൽ സാഹിത്യ ഉപന്യാസങ്ങൾ പതിവായി എഴുതിയിരുന്നു. 1907-ൽ അദ്ദേഹം തന്റെ ആദ്യ പുസ്തകം പ്രസിദ്ധീകരിച്ചു, എഡ്ഗർ അലൻ പോ, രചയിതാവിനെക്കുറിച്ചുള്ള വളരെ മികച്ചതും നന്നായി സ്വീകരിക്കപ്പെട്ടതുമായ ഒരു വിമർശനാത്മക പഠനമായിരുന്നു ആ പുസ്തകം. 1909-ൽ രണ്ടാമത്തെ പുസ്തകം, 'എ ചൈൽഡ്സ് ഗൈഡ് ടു റീഡിംഗ്' പ്രസിദ്ധീകരിച്ചു. മേസിയുടെ മൂന്നാമത്തെ പുസ്തകം 'ദി സ്പിരിറ്റ് ഓഫ് അമേരിക്കൻ ലിറ്ററേച്ചർ' വൈകാതെ പുറത്തിറങ്ങി.

അമേരിക്കൻ സാഹിത്യത്തിൽ 'റിയലിസത്തെ' പ്രോത്സാഹിപ്പിക്കുകയും അമേരിക്കൻ സാഹിത്യലോകത്തു പ്രധാന സംഭാവനകൾ നൽകിയ എഡിത്ത് വാർട്ടന്റെയും തിയോഡോർ ഡ്രെയിസറുടെയും പ്രശംസ നേടുകയും ചെയ്ത മേസി ബോസ്റ്റൺ ഹെറാൾഡ് ദിനപ്പത്രത്തിന്റെ (1913-14) സാഹിത്യ എഡിറ്റർ എന്ന നിലയിൽ ഹ്രസ്വകാലം ചിലവഴിച്ച ശേഷം രാഷ്ട്രീയഇടപെടലുകൾ നടത്തി. അമേരിക്കൻ ഐക്യനാടുകളിലെ സോഷ്യലിസ്റ്റ് പ്രസ്ഥാനത്തിന്റെ ചരിത്രമായ 'സോഷ്യലിസം ഇൻ അമേരിക്ക' (1916) എന്ന മേസിയുടെ പുസ്തകം യാഥാസ്ഥിതിക ചിന്താഗതി വച്ചുപുലർത്തിയിരുന്ന ഹാർവാർഡ് യൂണിവേഴ്സിറ്റിയിൽ എതിർപ്പുകൾ ഉണ്ടാക്കി. അതോടെ സർവ്വകലാശാലയുമായി അദ്ദേഹം അകന്നു. അതേത്തുടർന്ന് ന്യൂയോർക്കിലെ ഹാർവാർഡ് ക്ലബിൽ അദ്ദേഹത്തിന് അംഗത്വം നിഷേധിക്കുക പോലുമുണ്ടായി. ഇത് ഹെലനെയും വല്ലാതെ നിരാശയിലാഴ്ത്തി.

1920-ൽ ന്യൂയോർക്കിലേക്ക് താമസം മാറിയതിന് ശേഷം ബധിരയും, മൂകയുമായ ഒരു യുവ ശില്പിയുമായി മേസി അടുപ്പത്തിലായി. ആ ശില്പിയിൽ മേസിക്ക് ഒരു മകളും ജനിച്ചു. ഔദ്യോഗി

കമായി അവളെ വിവാഹം ചെയ്യണമെങ്കിൽ ആനി സള്ളിവനുമായിട്ടുള്ള ബന്ധം അവസാനിപ്പിക്കേണ്ടതുണ്ടായിരുന്നു. അതിനാൽ വിവാഹമോചനത്തിനായി മേസി ആനി സള്ളിവനോട് ആവർത്തിച്ചു നടത്തിയ അപേക്ഷകൾ അവൾ നിരസിച്ചു. പേര് പരസ്യമായി വെളിപ്പെടുത്താത്ത ശിൽപി 1920-കളുടെ അവസാനത്തിൽ മൃതിയടഞ്ഞു.

മകളെ വളർത്തുകയും സ്വന്തം ഉപജീവനം കണ്ടെത്തുകയും വേണ്ടതുണ്ടായിരുന്ന മേസി അക്കാലത്തു കടുത്ത സാമ്പത്തിക പ്രതിസന്ധികളിൽ ആയിരുന്നു എന്ന് പറയപ്പെടുന്നു. അത് മറികടക്കാൻ 1920-കളിൽ മറ്റുള്ളവരുടെ പേരിൽ പ്രത്യക്ഷപ്പെട്ട നിരവധി ശ്രദ്ധേയമായ കൃതികൾ സാമ്പത്തിക ആവശ്യങ്ങൾ നിവർത്തിക്കാൻ വേണ്ടി ജോൺ മേസി രചിക്കുകയുണ്ടായി. 1926-ൽ വില്യം മോറോ ആൻഡ് കമ്പനി എന്ന പ്രസിദ്ധീകരണശാലയിൽ സാഹിത്യ എഡിറ്ററായി നിയമിക്കപ്പെടുകയും അദ്ദേഹത്തിന്റെ മരണം വരെ ആ ജോലിയിൽ തുടരുകയും ചെയ്തു.

ഫെമിനിസ്റ്റ് പ്രസ്ഥാനത്തെ വിമർശിക്കുകയും അമേരിക്കൻ സംസ്കാരത്തിന്റെ സ്ത്രീവൽക്കരണം എന്ന് വിളിക്കുന്നതിനെ ചെറുക്കാൻ അമേരിക്കൻ പുരുഷന്മാരോട് ആഹ്വാനം ചെയ്യുകയും ചെയ്ത ഒരു പ്രതിലോമകരമായ വാല്യമായ എബൗട്ട് വിമന്റെ (1930) രചയിതാവ് കൂടിയായിരുന്നു മേസി. ഒരുപക്ഷ, ആനി സള്ളിവന്റെ മേധാവിത്വസ്വഭാവമുള്ള ഇടപെടലിനോടുള്ള വിമർശനമായിരുന്നിരിക്കാം അതെന്നു ചില നിരൂപകർ സമർഥിച്ചിട്ടുണ്ട്. അമേരിക്കൻ റൈറ്റേഴ്സ് ഓൺ അമേരിക്കൻ ലിറ്ററേച്ചറിന്റെ (1931) എഡിറ്റർ ആയും അദ്ദേഹം പ്രവർത്തിച്ചിരുന്നു. അക്കാദമിക് നിയന്ത്രണങ്ങളിൽ നിന്ന് മുക്തവും പൊതുജനങ്ങൾക്ക് ഇടപെടാവുന്നതുമായ ശക്തമായ, സജീവമായ സാഹിത്യ വിമർശനത്തിന് തന്റെ എഡിറ്റോറിയലുകളിലൂടെ മേസി ആഹ്വാനം ചെയ്യുകയുണ്ടായി.

പെൻസിൽവാനിയയിലെ സ്ട്രോഡ്സ്ബർഗിൽ ട്രേഡ് യൂണിയനിസ്റ്റുകൾക്ക് വേണ്ടി അമേരിക്കൻ സാഹിത്യത്തെക്കുറിച്ചുള്ള ഒരു പ്രഭാഷണ പരമ്പരയിൽ പങ്കെടുക്കവെ പെട്ടെന്നുണ്ടായ ഹൃദയാഘാതത്താൽ മേസി അന്തരിച്ചു.

സാമൂഹ്യ, രാഷ്ട്രീയ പ്രവർത്തനങ്ങൾ

'ഒറ്റയ്ക്ക് നമുക്ക് വളരെ പരിമിതമായ പ്രവർത്തനങ്ങൾക്ക് മാത്രമേ കഴിയൂ. എന്നാൽ ഒരുമിച്ച് നിന്നാൽ നമുക്ക് ഒരുപാട് പ്രവർ

ത്തനങ്ങൾ സാധ്യമാണ്.'

ഹെലൻ കെല്ലറുടെതായിട്ടുള്ള ഒരു ഉദ്ധരണിയാണിത്. അവരുടെ സാമൂഹ്യ രാഷ്ട്രീയ വീക്ഷണം ഈ വാചകത്തിൽ നിന്നും പൂർണമായും വായിച്ചെടുക്കാനാവും. അങ്ങനെ സമൂഹത്തിലേക്ക് ഇറങ്ങിച്ചെന്നു പ്രവർത്തനങ്ങൾ നടത്താൻ അവർ ആരംഭിക്കുന്നത് അവർക്ക് സംസാരിക്കാനുള്ള ശേഷി ഏതാണ്ട് കിട്ടിയതിനു ശേഷമാണ്.

തന്റെ ജീവിതാനുഭവങ്ങൾ എഴുതിയും അതേപ്പറ്റി പ്രഭാഷണങ്ങൾ നടത്തിയുമാണ് ഹെലൻ ആദ്യം പൊതുജനങ്ങളുടെ ഇടയിലേക്ക് വന്നത്. പ്രചോദനപരമായ ഇത്തരം പ്രഭാഷണങ്ങളിലൂടെ അവർ അംഗപരിമിതരെ പ്രചോദിപ്പിച്ചു. പരിമിതികൾക്കെതിരെ പൊരുതാൻ സ്വന്തം ജീവിതം തന്നെ ഉദാഹരിച്ചുകൊണ്ടു അവർ നിരന്തരം എഴുതുകയും പ്രസംഗിക്കയും ചെയ്തുകൊണ്ടിരുന്നു. ലോകത്തിന്റെ ശ്രദ്ധ ബധിരരും മൂകരുമായ ആളുകൾ അനുഭവിക്കുന്ന ബുദ്ധിമുട്ടുകളിലേക്ക് കൂടി തിരിയണമെന്നു അവൾ ആഗ്രഹിച്ചിരുന്നു. അതിനായി ലഭ്യമായ വേദികളിലേക്കൊക്കെ ഹെലൻ കെല്ലർ കടന്നു ചെന്നു.

സ്വന്തം ജീവിതത്തിൽ നേരിട്ട് അറിഞ്ഞതും മറ്റുള്ളവരുമായി ഇടപെട്ടതിലൂടെ ആർജിച്ച അറിവുകളും ചേർത്തുവച്ചു കൊണ്ട് അതിഭാവുകത്വങ്ങളോ വികാരവിക്ഷോഭങ്ങളോ ഇല്ലാതെ ശാന്തമായി സംസാരിക്കുന്ന ഹെലന്റെ രീതിയിൽ കേൾവിക്കാരും ആകൃഷ്ടരായിരുന്നു. അതിനാൽ തന്നെ അവരുടെ വാക്കുകൾ കേൾക്കാൻ എപ്പോഴും സാമാന്യം ഭേദപ്പെട്ട നിലയിൽ തന്നെ അനുവാചകസാന്നിധ്യം ഉണ്ടായിരുന്നു താനും.

മാർക് ട്വൈനിന്റെയും, ഉറ്റ സുഹൃത്തായിരുന്ന ജോൺ മേസിയുടെയും ഒക്കെ സ്വാധീനവും, അക്കാലത്തെ അമേരിക്കൻ സമൂഹത്തിൽ നിലനിന്നിരുന്ന വേർതിരിവുകളെ വ്യക്തമായി അടുത്തറിയാൻ ആയതും ഹെലനെ ഒരു സോഷ്യലിസ്റ്റ് ആക്കിയിരുന്നു. സ്ത്രീകൾക്ക് വോട്ടവകാശം നിഷേധിക്കുക, മാനവരാശിക്ക് തന്നെ ദോഷകരമായ വിധത്തിൽ യുദ്ധങ്ങളിൽ ഏർപ്പെടുക തുടങ്ങിയ ഒട്ടനവധി കാര്യങ്ങളിൽ അവർ ഇടപെട്ടു.

തന്റെ ചിന്തകളും കാഴ്ചപ്പാടുകളും ലേഖനങ്ങളും പ്രഭാഷണങ്ങളുമായി ജനങ്ങൾക്കിടയിൽ പ്രചരിപ്പിക്കാനും അവർ ശ്രമിച്ചുകൊണ്ടേയിരുന്നു. സാമൂഹിക ഘടനയും അതിന്റെ രീതികളും കീഴ്‌വഴക്കങ്ങളും സമഗ്രമായി പരിഷ്കരിക്കരിക്കപ്പെടുകയും മെച്ച

പ്പെട്ട നിലയിലേക്ക് പരിവർത്തനം ചെയ്യേണ്ടതുണ്ടെന്നും അവർ വാദിച്ചു. ജനന നിയന്ത്രണ പ്രചാരണത്തിലും അവർ പങ്കെടുത്തിരുന്നു.

ഹെലൻ കെല്ലർ ഇന്റർനാഷണൽ

1915 മെയ് 7-ന് ഒന്നാം ലോകമഹായുദ്ധകാലത്ത് ഒരു ഇംപീരിയൽ ജർമ്മൻ നേവിയുടെ കുപ്രസിദ്ധമായ 'യു-ബോട്ട്' എന്ന അന്തർവാഹിനിയിൽ നിന്നും തൊടുത്ത ടോർപിഡോ പതിച്ചു മുങ്ങിപ്പോയ ബ്രിട്ടീഷ് രജിസ്ട്രേഷൻ ഉള്ള ഓഷ്യൻ ലൈനറായിരുന്നു 'ആർഎംഎസ് ലുസിറ്റാനിയ'.

അയർലണ്ടിലെ ഓൾഡ് ഹെഡ് ഓഫ് കിൻസാലെയിൽനിന്ന് ഏകദേശം 11 മൈൽ (18 കിലോമീറ്റർ) അകലെ. യുകെയുടെ കപ്പലുകൾക്കെതിരെ നിശിതമായ അന്തർവാഹിനി യുദ്ധം ജർമ്മനി പ്രഖ്യാപിച്ചതിന് തൊട്ടുപിന്നാലെ, യുകെയ്ക്ക് ചുറ്റുമുള്ള പ്രഖ്യാപിത സമുദ്ര യുദ്ധമേഖലയിൽ വച്ചാണ് ലുസിറ്റാനിയയ്ക്കെതിരെ ആക്രമണം ഉണ്ടായത്. സഖ്യസേന ജർമനിക്കും ഒപ്പം മറ്റ് കേന്ദ്ര ശക്തികൾക്കെതിരെയും നാവിക ഉപരോധം നടപ്പാക്കിയതിനെ തുടർന്ന് ജർമനി തീവ്രമായ നാവിക യുദ്ധം ആരംഭിച്ചിരുന്നു. ന്യൂയോർക്കിൽ നിന്ന് പുറപ്പെടുന്നതിന് മുമ്പ് തന്നെ 'ഒരു ബ്രിട്ടീഷ് കപ്പലിൽ' ജർമ്മൻ അന്തർവാഹിനികൾ ഭീഷണിയുയർത്തി നിലകൊള്ളുന്ന മേഖലയിലേക്ക് പോകുന്നത് അപകടകരമായ ഒരു യാത്രയായിരിക്കും എന്ന് യാത്രക്കാർക്ക് മുന്നറിയിപ്പ് നൽകിയിരുന്നു.

അതി സമ്പന്നനായ ഒരു അമേരിക്കൻ വ്യവസായിയായിരുന്ന ജോർജ് കെസ്ലറും ജർമ്മൻ ആക്രമണത്തിൽ തകർന്നു മുങ്ങിയ കപ്പലിലെ യാത്രക്കാരനായിരുന്നു. ഒരു ലൈഫ് ബോട്ടിൽ രക്ഷപെടാൻ കെസ്ലർക്ക് അവസരം ലഭിച്ചെങ്കിലും ആ ലൈഫ് ബോട്ട് പ്രക്ഷുബ്ധമായ കടലിൽ വീണ്ടും മറിഞ്ഞു. ഈ അപകടത്തിൽ നിന്ന് താൻ രക്ഷപെടുകയാണെങ്കിൽ താൻ ദുർബലരും ഭാഗ്യദോഷികളുമായ ജനങ്ങളെ സഹായിക്കാൻ ആവുന്നതൊക്കെ ചെയ്യും എന്ന് പ്രതിജ്ഞ ചെയ്തു. മരണത്തെ മുഖാമുഖം കാണുകയും ഈ അപകടത്തിൽ നിന്ന് പരിക്കുകളോടെ രക്ഷപെടുകയും ചെയ്ത കെസ്ലർ ലണ്ടനിൽ സുഖം പ്രാപിച്ചു. തുടർന്ന്, യുദ്ധത്തിൽ ഉണ്ടാകുന്ന അപകടങ്ങളിൽ പെട്ട അന്ധരായ സൈനികരെ സഹായിക്കാൻ തന്റെ ശേഷിക്കുന്ന വർഷങ്ങൾ ചെലവഴിക്കാനുള്ള ധീരമായ തീരുമാനത്തിൽ അദ്ദേഹമെത്തി. 1915 നവംബറിൽ ജോർജും

ഭാര്യ കോറ പാർസൺസ് കെസ്ലറും ചേർന്ന് ഒരു സംഘടന സ്ഥാപിക്കുകയും അന്ന് 35 വയസ്സുള്ള ഹെലൻ കെല്ലറിനോട് ഈ സംഘടനയെ പിന്തുണയ്ക്കണം എന്ന് ആവശ്യപ്പെടുകയും ചെയ്തു. ഹെലൻ കെല്ലർ പൂർണ്ണമനസോടെ ഇക്കാര്യത്തിന് സമ്മതിച്ചു.

1915 നവംബറിൽ, ജോർജും ഭാര്യ കോറ പാർസൺസ് കെസ്ലറും സംഘടനയുടെ യൂറോപ്യൻ പ്രവർത്തനങ്ങളുടെ തലവനായി തീരുമാനിക്കപ്പെട്ട ജോർജ്ജ് രവേരറ്റിനൊപ്പം പാരീസിൽ ബ്രിട്ടീഷ്, ഫ്രഞ്ച്, ബെൽജിയൻ പെർമനന്റ് ബ്ലൈൻഡ് റിലീഫ് വാർ ഫണ്ട് ഔപചാരികമായി രൂപീകരിച്ചു. അന്ന് 35 വയസ്സുള്ള ഹെലൻ കെല്ലറിനോട് കെസ്ലർമാർ അവളുടെ പിന്തുണ അഭ്യർഥിക്കുന്നതും അവർ ഈ സംഘടനയ്ക്കൊപ്പം ചേരുകയും ചെയ്തു. സഖ്യകക്ഷികളുടെ സൈനികർക്കും നാവികർക്കും വേണ്ടിയുള്ള സ്ഥിരം ദുരിതാശ്വാസ യുദ്ധ ഫണ്ട് 1919 ൽ ന്യൂയോർക്ക് സ്റ്റേറ്റിൽ സ്ഥാപിക്കപ്പെട്ടതും ഈ സംഘടനയുടെ പ്രവർത്തനഫലമായിട്ടായിട്ടാണ്.

തുടർന്ന് ഹെലൻ കെല്ലർ ഇന്റർനാഷണൽ ബെൽജിയത്തിൽ അന്ധവിദ്യാർത്ഥികൾക്കായി ഒരു വിദ്യാലയം ആരംഭിക്കുകയും. ആളുകളെ ബോധവത്കരിക്കാനും പ്രവർത്തനങ്ങളിൽ സഹകരിക്കാനും പോന്ന ശില്പശാലകളും മറ്റും സംഘടിപ്പിക്കുകയും ചെയ്തു. ഫ്രാൻസിൽ സ്ഥാപിക്കപ്പെട്ട സ്കൂളുകളിലൂടെ യുദ്ധത്തിൽ പെട്ട് കാഴ്ച നഷ്ടപ്പെട്ടവർക്ക് കസേരകളും ബ്രഷുകളും തുടങ്ങിയ ഉപകരണങ്ങൾ നിർമിക്കാൻ വേണ്ട പരിശീലനം നൽകിയത് അവരുടെ തുടർജീവിതത്തിനു വലിയ ആശ്വാസം നൽകി. ഹെലൻ കെല്ലർ ഒരു സഹസ്ഥാപകയും ആജീവനാന്ത പിന്തുണക്കാരിയും അംബാസഡറും ആയി സംഘടനയിൽ തുടർന്നു.

ജോർജ്ജ് കെസ്ലർ 1920 ൽ മരണമടഞ്ഞ ശേഷം ന്യൂയോർക്ക് അഭിഭാഷകനായ വില്യം നെൽസൺ ക്രോംവെൽ അദ്ദേഹത്തിന്റെ പിൻഗാമിയായി ചുമതലയേറ്റു. ക്രോംവെല്ലിന്റെ ശ്രമഫലമായി ബ്രെയിലിയിൽ പുസ്തകങ്ങളും സംഗീത പാഠങ്ങളും അച്ചടിക്കുന്ന ഒരു സമഗ്ര അച്ചടി കേന്ദ്രം സംഘടന ആരംഭിച്ചു.

1925-ൽ, 'പെർമനന്റ് ബ്ലൈൻഡ് റിലീഫ് വാർ ഫണ്ട്' യുദ്ധ ദുരിതാശ്വാസ പ്രവർത്തനത്തിനപ്പുറം ലോകമെമ്പാടുമുള്ള സിവിലിയൻ അന്ധർക്ക് സഹായവും ആശ്വാസവും നൽകാൻ ശ്രമം ആരംഭിച്ചു. 'അമേരിക്കൻ ബ്രെയിൽ പ്രസ് ഫോർ വാർ ആൻഡ് സിവിലിയൻ ബ്ലൈൻഡ്' എന്ന് പുനർ നാമകരണം ചെയ്യപ്പെടുകയും ബൃഹത്തായ നിലയിൽ ബ്രെയിലിയിൽ പുസ്തകങ്ങളും ആനു

കാലികങ്ങളും അടങ്ങുന്ന പ്രസിദ്ധീകരണങ്ങൾ അച്ചടിച്ച് വിതരണം ആരംഭിക്കുകയും ചെയ്തു. ക്രമേണ വിവിധ ഏഷ്യൻ, ആഫ്രിക്കൻ, യൂറോപ്യൻ രാജ്യങ്ങളിലെ കാഴ്ച ശേഷി ഇല്ലാത്തവർക്ക് ഈ അച്ചടിശാലയുടെ സേവനം ലഭ്യമാക്കാനും അവർക്കായി.

1937-ൽ ആദ്യത്തെ 'സംസാരിക്കുന്ന പുസ്തകം' പുറത്തിറക്കാൻ അമേരിക്കൻ ബ്രെയിൽ പ്രസ്സിന് കഴിഞ്ഞു. ഫോണോഗ്രാഫ് റിക്കോർഡുകളായിട്ടാണ് ഇവ വിതരണം ചെയ്യപ്പെട്ടത്.

1939 അവസാനത്തിൽ, രണ്ടാം ലോകമഹായുദ്ധം യൂറോപ്പിൽ ആരംഭിച്ചു. രണ്ടാം ലോകമഹായുദ്ധത്തിനുശേഷം, അമേരിക്കൻ ഫൗണ്ടേഷൻ ഫോർ ദി ബ്ലൈൻഡുമായി പ്രസ് അഫിലിയേറ്റ് ചെയ്യുകയും 'അമേരിക്കൻ ഫൗണ്ടേഷൻ ഫോർ ദി ഓവർസീസ് ബ്ലൈൻഡ് (എഎഫ്ഒബി)' എന്ന പേര് മാറ്റുകയും യുദ്ധത്തിൽ അന്ധരായവരുടെ ഉൾപ്പെടെ പുനരധിവാസം ശക്തിപ്പെടുത്തുകയും ചെയ്തു. 1946-ൽ ഹെലൻ കെല്ലർ ഈ ഫൗണ്ടേഷന്റെ ആഭിമുഖ്യത്തിൽ അന്ധരുടെ അവസ്ഥകളും ആവശ്യങ്ങളും മനസിലാക്കി പരിഹാരം കണ്ടെത്താനുള്ള ലോകത്തിന്റെ എല്ലാ ഭാഗങ്ങളിലും നടത്തപ്പെട്ട അവരുടെ നിരവധി യാത്രകളിൽ ആദ്യത്തേത് നടത്തി.

ആദ്യ യാത്രാനുഭവം ഹെലൻ ഇങ്ങനെ വിശദീകരിക്കുന്നു.

'മറ്റുള്ളവരുടെ ദയയോ കാരുണ്യമോ അനുഭവിച്ചു കൊണ്ട് എക്കാലവും ജീവിക്കാൻ അല്ല കാഴ്ച ശക്തി നഷ്ടമായ ഭൂരിഭാഗവും ആഗ്രഹിക്കുന്നത്. മറിച്ച് തുടർജീവിതം സ്വപ്രയത്നത്താൽ കെട്ടിപ്പടുക്കാൻ ഉതകുന്ന ചില പ്രായോഗിക നടപടികളാണ്.'

ഇതൊക്കെ കണക്കിലെടുത്തു കൊണ്ട് 1949-ൽ, ഐക്യരാഷ്ട്ര സഭയുടെയും യുനെസ്കോയുടെയും പ്രതിനിധികൾ ഭാഗമായ 'അന്താരാഷ്ട്ര കോൺഫറൻസ് ഫോർ ദി ബ്ലൈൻഡ്' എന്ന എ.എഫ്.ഒ.ബി. അന്ധർക്ക് വിദ്യാഭ്യാസത്തിന് പ്രത്യേക ഊന്നൽ നൽകിക്കൊണ്ട് സമൂഹത്തിൽ അവരുടെ സ്ഥാനം ഉറപ്പിക്കാൻ ശ്രമിച്ചു. ഇതിന്റെ ഭാഗമായി ഭിന്നശേഷിക്കാരുടെ ശാരീരികവും മാനസികവുമായ മുന്നേറ്റത്തിന് സാങ്കേതികമായ മാർഗ്ഗങ്ങൾ നൽകേണ്ടതിന്റെ ആവശ്യകത ഊന്നിപ്പറയുന്ന ചരിത്രപ്രസക്തിയുള്ള പ്രമേയങ്ങൾ പാസാക്കുകയുണ്ടായി.

1959-ൽ 'സ്പിരിറ്റ് ഓഫ് ഹെലൻ കെല്ലർ' അവാർഡ് സ്ഥാപിതമായി. കനേഡിയൻ നാഷണൽ ഇൻസ്റ്റിറ്റ്യൂട്ട് ഫോർ ദി ബ്ലൈൻഡിന്റെ മുഖ്യ ഓർഗനൈസർമാരിൽ ഒരാളായ കേണൽ എഡ്വേർഡ് എ. ബേക്കറാണ് ആദ്യത്തെ അവാർഡ് ജേതാവ്. 1966-ൽ, അന്ധർ

ക്കായുള്ള ജോലിയെക്കുറിച്ചുള്ള ആദ്യത്തെ ആഫ്രിക്കൻ കോൺഫറൻസിൽ, ഇതിനകം ദുരിതമനുഭവിക്കുന്നവരെ സഹായിക്കുന്നത് തുടരുമ്പോൾ തന്നെ നവജാത ശിശുക്കളിലും അല്ലാത്തവരിലും വന്നു ചേരാവുന്ന അന്ധത തടയുന്നതിനുള്ള നടപടികൾ കൈക്കൊള്ളുന്നതിനെക്കുറിച്ച് ചർച്ചകൾ നടന്നു.

അന്ധതയുടെ നാല് പ്രാഥമിക കാരണങ്ങളിൽ ഗവേഷണം ആരംഭിക്കുകയും, ട്രാക്കോമ, ഓഞ്ചോസെർഷ്യസിസ്, തിമിരം, പോഷകക്കുറവ് തുടങ്ങിയ കാരണങ്ങൾ കൊണ്ട് അന്ധത ഉണ്ടാകുന്നത് നിയന്ത്രിക്കാനുള്ള ശ്രമങ്ങൾ ആരംഭിക്കയും ചെയ്തത് അതിന്റെ അടിസ്ഥാനത്തിലാണ്.

ജോൺസ് ഹോപ്കിൻസ് ബ്ലൂംബെർഗ് സ്കൂൾ ഓഫ് പബ്ലിക് ഹെൽത്തിലെ ഡോ. ആൽഫ്രഡ് സോമർ അന്ധതയ്ക്ക് കാരണമായേക്കാവുന്ന 'വിറ്റാമിൻ എ അപര്യാപ്തത (വിഎഡി)' സംബന്ധിച്ച് എഎഫ്ഒബിയുമായി സഹകരിച്ച് പഠനങ്ങൾ നടത്തിയിരുന്നു. വിഎഡി നിയന്ത്രിക്കുന്നത് അന്ധത തടയുന്നതിന് പുറമേ, ശിശുമരണ സാധ്യതയും വലിയ അളവിൽ കുറയ്ക്കാൻ ആവുമെന്ന് അദ്ദേഹം കണ്ടെത്തുന്നു. ഇതിന്റെ അടിസ്ഥാനത്തിൽ ലോകവ്യാപകമായി തന്നെ ദുർബല ജനവിഭാഗങ്ങളുടെ ഇടയിൽ പ്രവർത്തനങ്ങൾ ശക്തമായി നടത്താൻ ആരംഭം കുറിച്ചത് വലിയൊരു നേട്ടമായി കാണണം.

1977-ൽ, അന്ധരെ മാത്രമല്ല, മറ്റു ദുർബല വിഭാഗങ്ങൾക്കും സഹായം നൽകാൻ പാകത്തിന് സംഘടന അതിന്റെ പ്രവർത്തന മേഖല പുനർ നിർണ്ണയിക്കയും ഒപ്പം 'ഹെലൻ കെല്ലർ ഇന്റർനാഷണൽ' എന്ന പുതിയ പേരിൽ പ്രവർത്തനം തുടരാൻ തീരുമാനിക്കുകയും ചെയ്തു. ഏതാണ്ട് ഇരുപതോളം രാജ്യങ്ങളിൽ വിവിധ പ്രവർത്തനങ്ങളാൽ സജീവമാണ് ഹെലൻ കെല്ലർ ഇന്റർനാഷണൽ എന്ന സംഘടന. സംഘടനാ ശേഷി വർദ്ധിക്കുന്നതിനൊപ്പം പുതിയ മേഖലകളിലേക്ക് പ്രവർത്തനം വ്യാപിപ്പിക്കുന്നതിലും അവർ ശ്രദ്ധാലുക്കളാണ്.

'ലോകം കഷ്ടപ്പാടുകൾ നിറഞ്ഞതാണെങ്കിലും, ആ കഷ്ടപ്പാടുകൾ അതിജീവിക്കുന്നതിലും ലോകം ശ്രദ്ധാലുവാണ്.' എന്നു ഹെലനെ കൊണ്ടു പറയിപ്പിച്ചത് ഈ പ്രവർത്തനങ്ങളൊക്കെയാണ്. താൻ അനുഭവിച്ചത് മറ്റാരും അനുഭവിക്കരുതെന്ന് അനുഭവത്തിലൂടെ പഠിച്ച ഹെലൻ അതിനായി തന്നേക്കൊണ്ട് ആവുന്നതെല്ലാം മാനവരാശിക്ക് വേണ്ടി ചെയ്തു.

വർണ്ണ വിവേചനത്തിനെതിരേ

വർണവിവേചനം ഇന്നും ചില അമേരിക്കൻ മനസുകളിൽ കുടികൊള്ളുന്ന ഒരു മാനവികതാവിരുദ്ധ നിലപാടാണ്. പോലീസുകാരന്റെ ബൂട്ടിനു അടിപ്പെട്ട് ശ്വാസം മുട്ടി മരിച്ചു പോയ ജോർജ് ഫ്ളോയിഡിന്റെ 'എനിക്ക് ശ്വാസം മുട്ടുന്നു' എന്ന വാചകം ലോക മനസാക്ഷിയെ നടുക്കിയത് ഈ അടുത്ത കാലത്തായിരുന്നല്ലോ. ആയിരത്തി തൊള്ളായിരത്തി പതിനാറിൽ അമേരിക്കയുടെ തെക്കൻ മേഖലയിൽ കറുത്തവർഗക്കാർക്കെതിരെ ചില സംഘടിത നീക്കങ്ങൾ ഉണ്ടായത് അവിടെ വലിയ വിവാദങ്ങൾക്ക് വഴിവച്ചു.

നിറഭേദങ്ങളില്ലാത്ത ലോകത്തെ അടുത്തറിഞ്ഞ വ്യക്തിയെന്ന നിലയിൽ വർണവിവേചനത്തിന്റെ അർത്ഥരാഹിത്യത്തെക്കുറിച്ചു ഹെലൻ ബോധവതിയായിരുന്നു. അവർ അമേരിക്കയിലെ കറുത്ത വർഗക്കാരുടെ ഉന്നമനത്തിനു വേണ്ടി പ്രവർത്തിക്കുന്ന 'നാഷണൽ അസോസോയേഷൻ ഫോർ ദി അഡ്വാൻസ്മെന്റ് ഓഫ് കളേർഡ് പീപ്പിൾ' എന്ന സംഘടനയ്ക്ക് ഐക്യദാർഢ്യം പ്രഖ്യാപിച്ചു കൊണ്ട് ഗണ്യമായ ഒരു തുക സംഭാവന നൽകി. അവർ എഴുത്തിന്റെയും പ്രഭാഷണങ്ങളുടെയും മാധ്യമങ്ങളിലൂടെ വർണ്ണ വിവേചനത്തോടുള്ള അവരുടെ എതിർപ്പ് പ്രകടമാക്കുകയും ചെയ്തു.

അമേരിക്കൻ സിവിൽ ലിബർട്ടീസ് യൂണിയൻ

ഹെലൻ കെല്ലർ, റോജർ നാഷ് ബാൾഡ്വിൻ, ക്രിസ്റ്റൽ ഈസ്റ്റ്മാൻ, വാൾട്ടർ നെല്ലെസ്, മോറിസ് ഏണസ്റ്റ്, ആൽബർട്ട് ഡിസിൽവർ, ആർതർ ഗാർഫീൽഡ് ഹെയ്സ്, ജെയ്ൻ ആഡംസ്, ഫെലിക്സ് ഫ്രാങ്ക്ഫർട്ടർ, എലിസബത്ത് ഗുർലി ഫ്ലിൻഡ്, റോസ് ശനീഡർമാൻ തുടങ്ങിയവർ ചേർന്ന് യുദ്ധവിരുദ്ധ പ്രക്ഷോഭകർക്കുള്ള സംസാര സ്വാതന്ത്ര്യത്തിനു വേണ്ടി അമേരിക്കൻ സിവിൽ ലിബർറ്റീസ് യൂണിയൻ സ്ഥാപിച്ചു. യുദ്ധവിരുദ്ധ പ്രചാരകർക്കെതിരെ ഉണ്ടായ ഭരണകൂട നടപടികൾക്ക് മറുപടിയായാണ് ഈ സംഘടന സ്ഥാപിതമായത്.

'പാൽമർ റൈഡ്സ്' എന്ന പേരിൽ കുപ്രസിദ്ധമായ യുദ്ധവിരുദ്ധ പ്രവർത്തനം നടത്തിയ ആയിരക്കണക്കിനാളുകളെ അറസ്റ്റ് ചെയ്തതുൾപ്പെടെയുള്ള നടപടികൾ ആവർത്തിക്കാതിരിക്കുക എന്ന ലക്ഷ്യത്തോടെയാണ് ഈ സംഘടനാ പ്രവർത്തിച്ചത്. 1920-കളിൽ, കലാകാരന്മാരുടെയും പണിമുടക്കുന്ന തൊഴിലാളികളുടെയും സ്വതന്ത്രമായ അവകാശങ്ങൾ സംരക്ഷിക്കുന്നതിനും വർണ്ണ വിവേച

നം ഇല്ലായ്മ ചെയ്യാനുമുള്ള നാഷണൽ അസോസിയേഷൻ ഫോർ ദി അഡ്വാൻസ്മെന്റ് ഓഫ് കളേർഡ് പീപ്പിളിന്റെ ശ്രമങ്ങളോട് സഹകരിച്ചു പ്രവർത്തിക്കുന്നതിലൂടെ 'അമേരിക്കൻ സിവിൽ ലിബേർറ്റീസ് യൂണിയൻ' അതിന്റെ പ്രവർത്തന മേഖല വിപുലീകരിച്ചു.

1930–കളിൽ എ.സീ.എൽ.യു. പോലീസിന്റെ മോശം പെരുമാറ്റത്തെ ചെറുക്കുന്നതിനും തദ്ദേശീയ അമേരിക്കൻ അവകാശങ്ങളെ പിന്തുണയ്ക്കുന്നതിനുമുള്ള പ്രവർത്തനങ്ങളിൽ ഏർപ്പെടാൻ തുടങ്ങി. എ.സീ.എൽ.യുവിന്റെ പല കേസുകളിലും കമ്മ്യൂണിസ്റ്റ് പാർട്ടി അംഗങ്ങളുടെയും യഹോവസാക്ഷികളുടെയും പേരിൽ എടുക്കപ്പെട്ട കേസുകളും ഉൾപ്പെട്ടിരുന്നു. 1940–ൽ എ.സീ.എൽ.യു നേതൃത്വം കമ്മ്യൂണിസ്റ്റുകാരെ അതിന്റെ നേതൃസ്ഥാനങ്ങളിൽ നിന്ന് ഒഴിവാക്കുന്നതിന് വോട്ട് ചെയ്യാൻ തീരുമാനിക്കുകയും പിൽക്കാലത്ത് അതായത് 1968–ൽ ആ തീരുമാനം പിൻവലിക്കുകയുമുണ്ടായി. രണ്ടാം ലോകമഹായുദ്ധസമയത്ത് എ.സീ.എൽ.യു. ജാപ്പനീസ്–അമേരിക്കൻ പൗരന്മാരെ നിർബന്ധിതമായി തടങ്കൽപ്പാളയങ്ങളിലേക്ക് മാറ്റുന്നത് തടയാൻ ശ്രമിച്ചതു പരാജയപ്പെട്ടു. സോവിയറ്റ് – അമേരിക്കൻ ശീതയുദ്ധകാലത്ത് എ.സീ.എൽ.യു. ആസ്ഥാനത്ത് കമ്മ്യൂണിസ്റ്റ് വിരുദ്ധർ ആധിപത്യം പുലർത്തിയിരുന്നു. എന്നാൽ പല പ്രാദേശിക അഫിലിയേറ്റുകളും കമ്മ്യൂണിസ്റ്റ് പാർട്ടിയിലെ അംഗങ്ങളെ പിന്തുണച്ചിരുന്നു.

1964 ആയപ്പോഴേക്കും സംഘടനയുടെ അംഗസംഖ്യ 80,000 ആയി ഉയർന്നു, പൗരാവകാശങ്ങൾ വിപുലീകരിക്കാനുള്ള ശ്രമങ്ങളിൽ ഇവർ പങ്കാളിയായി. 1960–കളിൽ ക്രൈസ്തവ സഭകൾ ഭരണകൂട പ്രവർത്തനങ്ങളെ നിയന്ത്രിക്കുന്നത് നിർത്തലാക്കാൻ വേണ്ടി സംഘടന അതിന്റെ ദശാബ്ദങ്ങൾ നീണ്ട ശ്രമം ആരംഭിച്ചു. വിയറ്റ്നാം യുദ്ധസമയത്ത് നിരവധി യുദ്ധവിരുദ്ധ പ്രവർത്തകരെ അവർ സംരക്ഷിച്ചു. ചോദ്യം ചെയ്യലിൽ പോലീസിന്റെ പെരുമാറ്റത്തെ സംബന്ധിച്ച് ഉണ്ടായ മിറാൻഡ കേസ് എന്നറിയപ്പെട്ട കേസിലും മറ്റും ഇതു തുടർന്നു. സർക്കാർ പ്രവർത്തനങ്ങളെക്കുറിച്ച് റിപ്പോർട്ട് ചെയ്യുന്ന പത്രങ്ങൾക്ക് സംരക്ഷണം നൽകുന്നത് വിഷയമാക്കിയുണ്ടായ ന്യൂയോർക്ക് ടൈംസ് കേസിലും എ.സീ.എൽ.യു. കക്ഷിചേർന്നിരുന്നു. 1970 കളിലും 1980 കളിലും, സ്വവർഗാനുരാഗികൾ, വിദ്യാർത്ഥികൾ, തടവുകാർ, പാവപ്പെട്ടവർ എന്നിവരുടെ അവകാശങ്ങൾ ഉൾപ്പെടുന്ന പുതിയ നിയമ മേഖലകളിലേക്ക് കൂടി സംഘടന പ്രവർത്തനങ്ങൾ വ്യാപിപ്പിച്ചു. ഇരുപത്തിയൊന്നാം

നൂറ്റാണ്ടിൽ പൊതുവിദ്യാലയങ്ങളിൽ സൃഷ്ടിവാദം പഠിപ്പിക്കുന്നതിനെതിരെ പോരാടുകയും സ്വകാര്യതയുടെയും പൗരസ്വാതന്ത്ര്യത്തിന്റെയും ലംഘനമെന്ന നിലയിൽ തീവ്രവാദ വിരുദ്ധ നിയമ നിർമ്മാണത്തിലെ ചില വ്യവസ്ഥകളെ ചോദ്യം ചെയ്യാനും സംഘടന മുന്നിൽ നിന്നു. ഇതിന്റെ നിലവിലെ അംഗത്വം 1.2 ദശലക്ഷത്തിലധികം ആണെന്നത് ഇക്കാലത്തും ഇത് പ്രസക്തമാണെന്നതിന്റെ തെളിവാണ്.

വൂഡ്രോ വിൽസൺ

ഒന്നാം ലോക മഹായുദ്ധക്കാലത്തു അമേരിക്കയുടെ പ്രസിഡന്റായിരുന്ന വൂഡ്രോ വിത്സണും ഹെലൻ കെല്ലറും തമ്മിൽ കത്തുകളിലൂടെ നടത്തിയ സംവാദങ്ങൾ പ്രസിദ്ധമാണ്. കമ്യൂണിസ്റ്റ് വിരുദ്ധനും അക്കാരണം കൊണ്ട് തന്നെ അമേരിക്കയിൽ മനുഷ്യാവകാശ നിഷേധത്തിനു വഴിവച്ച പല നിയമ ഭേദഗതികളും കൊണ്ടുവന്നു വിവാദം സൃഷ്ടിച്ച വിൽസണെ ഹെലൻ കെല്ലർ തുറന്നു എതിർത്തു.

'അവർ ജോൺ ബ്രൗണിനെ തൂക്കിയിട്ടപ്പോൾ എമേഴ്സൺ പറഞ്ഞു, 'അവർ തൂക്കുമരത്തെ കുരിശ് പോലെ വിശുദ്ധമാക്കിയിരിക്കുന്നു.' തങ്ങളുടെ അടിച്ചമർത്തപ്പെട്ട സഹോദരങ്ങൾ നേരിടുന്ന പീഡനത്തിന്റെ പേരിൽ നമ്മുടെ തലമുറയുടെ മേൽ പശ്ചാത്താപത്തിന്റെ കറ പുരളാതിരിക്കാൻ നിങ്ങൾ സൂക്ഷിക്കുക.'

വിൽസണ് ഹെലൻ എഴുതിയ കത്തുകളിലെ ഒരു വാചകമാണിത്. അക്കാലത്തെ ഭരണകൂട നടപടികളും അതിനെതിരെയുള്ള ഹെലന്റെ നിലപാടുകളും ഈ വാചകത്തിലൂടെ വെളിപ്പെടുന്നുണ്ട്. എതിർക്കുന്നവരെയെല്ലാം കമ്യൂണിസ്റ്റ് ചരന്മാരാക്കി ശിക്ഷിക്കുക എന്നതായിരുന്നു അന്നത്തെ ഭരണകൂടത്തിന്റെ നടപടികളിൽ പ്രധാനം എന്ന് ഈ സംവാദം വെളിപ്പെടുത്തുന്നു.

ജപ്പാൻ യാത്രകൾ

1937 ഏപ്രിൽ 15-ന്, ഹെലൻ കെല്ലറും പോളി തോംസണും അസമ മാരു എന്ന കപ്പലിൽ പസഫിക്കിലൂടെ രണ്ടാഴ്ചത്തെ യാത്രയ്ക്ക് ശേഷം യോക്കോഹാമ ബേയിൽ ഇറങ്ങി. ആനി സള്ളിവൻ ജപ്പാനിലെ ഏകദേശം അന്ധരെയും ബധിര പൗരന്മാരെയും സഹായിക്കണം എന്ന് ഹെലനോട് അഭ്യർത്ഥിച്ചിരുന്നു. ആനിയുടെ നിര്യാണത്തിനു ശേഷം ആ കാര്യം നിവർത്തിക്കാനുള്ള ശ്രമ

ങ്ങൾക്കാണ് ഹെലൻ അവിടെ എത്തിച്ചേർന്നത്.

'കെല്ലറുടെ ജപ്പാൻ സന്ദർശനം സൗഹൃദത്തിന്റെ ആത്മാവായിരിക്കും. അമേരിക്കൻ ജനതയ്ക്കും ജപ്പാനിലെ ജനങ്ങൾക്കും ഇടയിൽ നല്ല അന്താരാഷ്ട്ര ബന്ധങ്ങൾ നിലകൊള്ളണം.' അന്നത്തെ അമേരിക്കൻ പ്രസിഡന്റ് ഹെലന്റെ സന്ദർശനവേളയിൽ നൽകിയ കത്തിലെ വാചകങ്ങൾ ഇങ്ങനെ ആയിരുന്നു. എന്നാൽ വഷളായിക്കൊണ്ടിരുന്ന അന്താരാഷ്ട്ര സാഹചര്യങ്ങൾ നിരന്തരം വീക്ഷിച്ചിരുന്ന ജാപ്പനീസ് ഭരണകൂടം റൂസ്‌വെൽറ്റിനെ അമിതമായി വിശ്വസിച്ചിരുന്നില്ല. അപ്പോഴും ഹെലന്റെ സന്ദർശനം ഊഷ്മളമായിരിക്കണം എന്ന് ജപ്പാൻ ഭരണകൂടം ആഗ്രഹിച്ചിരുന്നു.

അടുത്ത 10 ആഴ്ചകൾ അവർ ജപ്പാനിലെ 33 നഗരങ്ങൾ സന്ദർശിച്ച് ഒരു ലക്ഷത്തിലധികം ആളുകളോട് തന്റെ പ്രഭാഷണങ്ങളിലൂടെ അവർക്ക് വളരെയധികം പ്രചോദനാത്മകമായി തന്നെ സംവദിച്ചു.

ഏപ്രിൽ 16 വെള്ളിയാഴ്ച, കെല്ലറും തോംസണും ടോക്കിയോയിൽ നടന്ന ഒരു ഫെസ്റ്റിവലിൽ പങ്കെടുത്തു, അവൾ ഹിരോഹിതോ ചക്രവർത്തിയെ പരിചയപ്പെട്ടത് അവിടെ വച്ചാണ്. ആ നിമിഷം കെല്ലറെ ആഴത്തിൽ സ്വാധീനിച്ചു. അതേക്കുറിച്ചു അവർ പിന്നീട് ഇങ്ങനെ രേഖപ്പെടുത്തി. 'ആ നിമിഷത്തിൽ എനിക്ക് മറക്കാൻ കഴിയാത്ത ഒരു കാര്യം സംഭവിച്ചു. ചക്രവർത്തിയും ചക്രവർത്തിനിയും എന്റെ അരികിൽ നിന്നു. ചക്രവർത്തി സൗമ്യമായി കൈകൂപ്പി. അദ്ദേഹത്തിന്റെ കൈകളിൽ എനിക്ക് കൃപ കണ്ടെത്താനായി. വിവർത്തനത്തിലൂടെ അദ്ദേഹം എനിക്ക് കുറച്ച് വാക്കുകൾ നൽകി. ഇത് എന്റെ ജീവിതത്തിലെ മൂല്യമേറിയ നിമിഷമാണെന്ന് ഞാൻ മറുപടി നൽകി, എന്റെ ആനന്ദത്തിന് വാക്കുകൾ കണ്ടെത്താൻ കഴിഞ്ഞില്ല.'

ജപ്പാനിലെ അന്നത്തെ പ്രാതിനിധ്യം കുറവായ വികലാംഗ സമൂഹത്തിന് ഈ യാത്ര താമസിയാതെ പ്രതീക്ഷയുടെ തിളക്കമാർന്ന ഒരു അനുഭവം ആയി മാറി. ഏപ്രിൽ 17 ന്, കെല്ലർ തന്റെ പരിമിതമായ സംസാര ശേഷി ഉപയോഗിച്ച് അവരോടു സംസാരിക്കവേ, 'സ്നേഹമാണ് ശക്തി. ശക്തി സ്നേഹമാണ്. ശക്തിയും സ്നേഹവും ശാരീരിക വൈകല്യമുള്ളവർക്ക് സ്വാതന്ത്ര്യവും സന്തുഷ്ടവുമായ ജീവിതം നയിക്കാനാവട്ടെ. സഹതാപത്തിന്റെ വെളിച്ചം അവരുടെ ജീവിതത്തിലെ ഇരുട്ടിനെ പ്രകാശിപ്പിക്കട്ടെ.' എന്ന് പറഞ്ഞപ്പോൾ മൂവായിരത്തോളം വരുന്ന സദസ്യർ വികാരാ

ധീനരായെന്നു പറയപ്പെടുന്നു.

വിജയകരമായ ജാപ്പനീസ് പര്യടനത്തിന് ശേഷം കൊറിയയും മറ്റു ചില രാജ്യങ്ങളും സന്ദർശിച്ച കെല്ലർ തിരികെ നാട്ടിലേക്ക് മടങ്ങി.

സോഷ്യലിസ്റ്റ് പാർട്ടി പ്രവർത്തനം

വ്യാവസായിക ലോകത്തിന്റെ ഇടപെടലുകൾ അമിതലാഭം എന്ന ഒറ്റ ലക്ഷ്യത്തിലേക്ക് അടുക്കുമ്പോൾ ദരിദ്രർ കൂടുതൽ ദരിദ്രരാകുകയും അടിച്ചമർത്തപ്പെടുകയും ചെയ്യുമെന്ന് കെല്ലർ വിശ്വസിച്ചിരുന്നു. തന്റെ പരിമിതികൾ നേരിട്ട് വിജയിക്കാനായതു തന്റെ ജീവിത സാഹചര്യങ്ങൾ കൂടി അനുകൂലമായതുകൊണ്ടാണെന്നും എല്ലാവർക്കും അതിനു അവസരമില്ലെന്നും തിരിച്ചറിഞ്ഞ അവർ സമൂഹ വ്യവസ്ഥിതിയിൽ സമൂലമായ മാറ്റം ആഗ്രഹിച്ചു. എല്ലാവർക്കും തുല്യമായ അവസരം എന്തിലും ഉണ്ടാകണമെന്ന കാഴ്ചപ്പാട് അവരെ രാഷ്ട്രീയ പാർട്ടി പ്രവർത്തനങ്ങളിലേക്കും നയിച്ചു. സോഷ്യലിസ്റ്റ് പാർട്ടിയിൽ അവർ അംഗമായി.

1909 മുതൽ 1921 വരെ ഉള്ള കാലത്തു അവർ തൊഴിലാളി വർഗത്തെ അനുകൂലിച്ച് സജീവമായി പ്രചരണം നടത്തുകയും എഴുതുകയും ചെയ്തു. അടിച്ചമർത്തപ്പെട്ടവർക്ക് വേണ്ടിയും സമൂഹത്തിലെ അസമത്വങ്ങൾക്കും. യുദ്ധം തുടങ്ങിയ അമാനവികതകൾക്കും അവർ എതിർശബ്ദം ആയി മാറി. സർക്കാർ അനുകൂല മാധ്യമങ്ങൾ അവൾക്കെതിരെ തിരിഞ്ഞപ്പോഴും അവർ ശക്തമായി തിരിച്ചടിച്ചു കൊണ്ട് തന്റെ ഭാഗത്തു ഉറച്ചു നിന്നു.

കെല്ലർ 1912-ൽ ഇൻഡസ്ട്രിയൽ വർക്കേഴ്സ് ഓഫ് ദ വേൾഡിൽ ചേർന്നത് പാർലമെന്ററി ജനാധിപത്യം രാഷ്ട്രീയ ചതുപ്പിൽ താഴ്ന്നു കൊണ്ടിരിക്കുന്നു എന്ന വീക്ഷണം പരസ്യമായി രേഖപ്പെടുത്തിക്കൊണ്ടായിരുന്നു. എക്കാലത്തും കെല്ലറിന്റെ രാഷ്ട്രീയം അടിച്ചമർത്തപ്പെട്ടവർക്കും സമൂഹത്തിൽ ദുരിതം അനുഭവിക്കുന്നവർക്കും മെച്ചപ്പെട്ട അവസ്ഥകൾ പ്രദാനം ചെയ്യാനുള്ള ശ്രമം തന്നെയായിരുന്നു. അല്ലെങ്കിൽ അതാണ് ശരിയായ രാഷ്ട്രീയ പ്രവർത്തനം എന്നവർ വിശ്വസിച്ചു.

ഹെലൻ കെല്ലർ– എഴുത്തുകാരി എന്ന നിലയിൽ

ഹെലൻ കെല്ലറുടെ പേരിൽ ആകെ പന്ത്രണ്ടു പുസ്തകങ്ങളാണ് പ്രസിദ്ധീകരിക്കപ്പെട്ടിട്ടുള്ളത്.

ദി സ്റ്റോറി ഓഫ് മൈ ലൈഫ് (1903)

ജനനം മുതൽ ഇരുപത്തിയൊന്ന് വയസു വരെയുള്ള ഹെലൻ കെല്ലറുടെ ജീവിതത്തിലെ പ്രധാന സംഭവങ്ങൾ ഉൾപ്പെടുത്തിയിട്ടുള്ള പുസ്തകമാണ് ദി സ്റ്റോറി ഓഫ് മൈ ലൈഫ്. റാഡ്ക്ലിഫ് പഠനകാലത്തു പൂർത്തിയാക്കിയ പുസ്തകമാണിത്.

ഒപ്റ്റിമിസം : ആൻ എസ്സേ (1903)

ശുഭാപ്തി വിശ്വാസത്തെക്കുറിച്ചുള്ള ഈ പുസ്തകം വലിപ്പത്തിൽ ചെറുതാണെങ്കിലും അവരുടെ ജീവിതത്തിൽ വരുത്തിയ പല മാറ്റങ്ങളും വെളിപ്പെടുത്താൻ ഇതിലെ കാഴ്ചപ്പാടുകൾ മനസിലാക്കുന്നത് ഉപകരിക്കും.

ദി വേൾഡ് ഐ ലിവ്ഡ് ഇൻ (1908)

കാഴ്ചശക്തിയിലും കേൾവിശക്തിയിലും കഴിവില്ലാത്ത ഒരു വ്യക്തി ഈ ലോകത്തെ എങ്ങനെ നോക്കിക്കണ്ടു എന്ന് വെളിപ്പെടുത്തുന്ന കെല്ലറുടെ പ്രധാനപ്പെട്ട പുസ്തകങ്ങളിൽ ഒന്നായി ദി വേൾഡ് ഐ ലീവ് ഇൻ കണക്കാക്കപ്പെടുന്നു.

ദി സോങ് ഓഫ് ദി സ്റ്റോൺ വാൾ (1910)

1910-ൽ ഹെലൻ കെല്ലർ തന്റെ മുപ്പതാം വയസ്സിൽ എഴുതിയ 'ദ സോംഗ് ഓഫ് ദി സ്റ്റോൺ വാൾ' എന്ന കവിതയുടെ പശ്ചാത്തലം ന്യൂ ഇംഗ്ലണ്ടിൽ നടന്നതായി ചിത്രീകരിച്ചിരിക്കുന്നു. ചരിത്ര സംഭവങ്ങൾക്ക് സാക്ഷ്യം വഹിച്ച ഒരു കൽഭിത്തിയുടെ വാക്കുകൾ എന്ന രീതിയിൽ ഈ കവിത എഴുതപ്പെട്ടു.

ഔട്ട് ഓഫ് ദി ഡാർക്ക് (1913)

സമൂഹത്തെക്കുറിച്ചുള്ള ഭൗതീകവും, വ്യവസ്ഥകളിൽ അടിസ്ഥാനപ്പെടുത്തിയുള്ളതുമായ ഒരു ലേഖന സമാഹാരമാണ് ഔട്ട് ഓഫ് ദി ഡാർക്ക്. ഈ പുസ്തകത്തിൽ ഹെലൻ കെല്ലർ ഒരു സോഷ്യലിസ്റ്റ് വീക്ഷണം മുന്നോട്ടു വയ്ക്കുന്നുണ്ട്.

ലൈറ്റ് ഇൻ മൈ ഡാർക്ക്നെസ്സ് (1927)

47 വയസ്സുള്ളപ്പോൾ ഹെലൻ കെല്ലർ എഴുതിയ മൈ റിലീജിയൻ എന്ന പേരിൽ 1927-ൽ പ്രസിദ്ധീകരിച്ച പുസ്തകമാണ് ലൈറ്റ് ഇൻ മൈ ഡാർക്ക്നെസ്. 'യഥാർത്ഥ ക്രിസ്തുമതം ഇതുവരെ

അറിഞ്ഞിട്ടുള്ളതിൽ വച്ച് ഏറ്റവും ശ്രേഷ്ഠരായ ചാമ്പ്യൻമാരിൽ ഒരാളായി' ഹെലൻ കരുതിയിരുന്ന ഇമാനുവൽ സ്വീഡൻബോർഗിന് ആദരസൂചകമായിട്ടാണ് ഈ പുസ്തകം എഴുതിയത്. ഈ പുസ്തകം കെല്ലറുടെ ആത്മീയ ആത്മകഥയായി കണക്കാക്കപ്പെടുന്നു 'ഇമാനുവൽ സ്വീഡൻബോർഗിന്റെ പഠിപ്പിക്കലുകൾ എന്റെ വെളിച്ചമായിരുന്നു' എന്ന് ഹെലൻ ഈ പുസ്തകത്തിലൂടെ വെളിപ്പെടുത്തുന്നു

മിഡ്ഡസ്ട്രീം: മൈ ലെറ്റർ ലൈഫ് (1929)

റാഡ്ക്ലിഫ് കോളേജിലെ പഠനത്തിനു ശേഷമുള്ള ഇരുപത്തിയഞ്ച് വർഷങ്ങളിലെ ഹെലൻ കെല്ലറുടെ സൗഹൃദങ്ങളും അനുഭവങ്ങളും അന്ധർക്കുവേണ്ടിയുള്ള പ്രവർത്തനങ്ങളും അവർ ഈ പുസ്തകത്തിലൂടെ വിവരിക്കുന്നു.

പീസ് അറ്റ് ഈവനൈന്റ്ഡ് (1932)

ഈവനൈന്റ്ഡ് അഥവാ ഒരു പകലിന്റെ ഒടുവിൽ എത്തപ്പെട്ടവർക്ക് വേണ്ടി എന്ന് ഹെലൻ കെല്ലർ തന്നെ പറഞ്ഞിട്ടുള്ള ഈ പുസ്തകം അനശ്വരമായ ആത്മാവ് എന്ന വിശ്വാസത്തിൽ എഴുതപ്പെട്ടിരിക്കുന്നു. 'ഒരാൾ മരിക്കുമ്പോൾ പ്രീയപ്പെട്ടവർ അവർക്ക് വേണ്ടി സത്യം തിരിച്ചറിയാതെ വിലപിക്കുന്നു. അതെ സമയം അവർ ആത്മാക്കളാൽ സ്വാഗതം ചെയ്യപ്പെട്ട് സ്വർഗത്തിലേക്ക് കടന്നു പോകുന്നു' എന്ന ആശയം പിൻപറ്റി രചിക്കപ്പെട്ട പുസ്തകം.

ത്രീ ഡേയ്സ് റ്റു സീ (1933)

ഹെലൻ കെല്ലറുടെ ഈ ലേഖനത്തിൽ, മൂന്ന് ദിവസത്തേക്ക് കാഴ്ചശക്തി ഉണ്ടെങ്കിൽ താൻ എന്തുചെയ്യുമെന്ന് അവർ സങ്കൽപ്പിക്കുന്നു. ആദ്യ ദിവസം, ഹെലൻ ലളിതമായ ആനന്ദങ്ങൾ ആസ്വദിക്കാൻ ആഗ്രഹിക്കുന്നു. ഹെലൻ തന്റെ രണ്ടാം ദിവസം മ്യൂസിയങ്ങളിൽ ചെലവഴിക്കും. ദർശനങ്ങളാൽ തടസ്സപ്പെട്ട അവർക്ക് രണ്ടാം രാത്രി ഉറങ്ങാൻ ആവുന്നില്ല. മൂന്നാം ദിവസം, അവർ ആദ്യത്തെ രണ്ട് ദിവസങ്ങളിൽ നിന്ന് പഠിച്ച കാര്യങ്ങൾ എടുത്ത് ന്യൂയോർക്ക് നഗരത്തിലെ ജീവിതത്തിന്റെ ഭാഗമായി മാറും.

ലെറ്റ് അസ് ഹാവ് ഫെയ്ത് (1940)

ഹെലൻ കെല്ലർ, മനുഷ്യരും രാഷ്ട്രങ്ങളും തോൽക്കപ്പെടുന്ന,

അല്ലെങ്കിൽ തോൽവിയുടെ സാദ്ധ്യതയിൽ ഭയപ്പെടുന്ന ഒരു ലോകത്തിന് മുന്നിലേക്ക് പ്രത്യാശയുടെ ഒരു സന്ദേശം നൽകുന്ന വിധത്തിൽ രചന നിർവഹിക്കപെട്ട പുസ്തകമാണിത്. നിരാശയെയും സ്വേച്ഛാധിപത്യത്തെയും കീഴടക്കാനും വിശ്വാസത്തിൽ നിന്ന് തങ്ങൾക്കുവേണ്ടിയും അതേസമയം മറ്റുള്ളവർക്ക് വേണ്ടിയും മെച്ചപ്പെട്ട ലോകം സൃഷ്ടിക്കാൻ മനുഷ്യന് കഴിയുമെന്ന് അവർ വീക്ഷിക്കുന്നു.

ടീച്ചർ : ആനി സള്ളിവൻ മേസി (1955)

തന്റെ അധ്യാപികയും സന്തത സഹചാരിയും സുഹൃത്തും വഴികാട്ടിയുമായിരുന്ന ആനി സള്ളിവനെ കുറിച്ച് ഹെലൻ എഴുതിയ പുസ്തകം.

ദി ഓപ്പൺ ഡോർ (1957)

ഹെലൻ കെല്ലറുടെ ചിന്തകളുടെയും ഉൾക്കാഴ്ചകളുടെയും ഉള്ളടക്കമുള്ള മനോഹരമായ ഒരു ചെറിയ പുസ്തകം. ഇതിനു പുറമെ അസംഖ്യം ലേഖനങ്ങളും, വിജ്ഞാനപ്രദമായ നിരവധി കത്തുകളും അവരുടേതായി പ്രസിദ്ധീകരിക്കപ്പെട്ടിട്ടുണ്ട്.

ആയിരത്തി തൊള്ളായിരത്തി ഏഴിൽ അവർ തന്റെ ഒരു ലേഖനത്തിലൂടെ ശിശുക്കളുടെ കണ്ണുകൾ അണുനാശിനി ദ്രവങ്ങളാൽ വൃത്തിയാക്കുന്നത് അന്ധതയെ തടയാൻ നല്ലതാണെന്നു വ്യക്തമാക്കിയിരുന്നു. പിൽക്കാലത്ത് ലോകാരോഗ്യ സംഘടന ഇത് അംഗീകരിച്ചു. ഇങ്ങനെ അവരുടെ ലേഖനങ്ങളും കത്തുകളും മറ്റും അത്യന്തം ശ്രദ്ധേയമായ ഫലങ്ങൾ സൃഷ്ടിച്ചിട്ടുണ്ട്. ഇന്നും ഗൗരവതരമായ വായന അർഹിക്കുന്ന ഒരു എഴുത്തുകാരി തന്നെയാണ് ഹെലൻ കെല്ലർ.

അനുബന്ധം

ഹെലൻ കെല്ലർ, പ്രത്യാശയുടെ വെള്ളിനക്ഷത്രം

ആധുനിക യുഗം, ശാസ്ത്ര സാങ്കേതിക രംഗങ്ങളിൽ ഏറെ മുന്നേറിക്കഴിഞ്ഞു. ഇനി കീഴടക്കുവാനുള്ളതു നക്ഷത്രങ്ങളേയും, മരണത്തേയും, മരണത്തിലേക്കു നയിക്കുന്ന ചില രോഗങ്ങളേയുമാണ്. അത്രയേറെ പുരോഗതി പ്രാപിക്കുമ്പോഴും ചിലർ ഇന്നും ഏവർക്കും വിസ്മയമായി കാലാതിവർത്തിയായി മനുഷ്യഹൃദയങ്ങളിൽ സ്ഥാനമുറപ്പിച്ചിരിക്കുന്നു. അവരിൽ ശാസ്ത്രജ്ഞരുണ്ട്, സാഹിത്യകാരന്മാരുണ്ട്, രാഷ്ട്രീയ നേതാക്കളുണ്ട്. അതിൽ ഒരു സ്ത്രീ കൈവരിച്ച നേട്ടം എക്കാലവും മനുഷ്യകഥാനുഗായകർ പാടി നടക്കുന്നു. ആ ബഹുമുഖ പ്രതിഭയാണ് ലോകം നെഞ്ചോടു ചേർത്തു പിടിച്ച ഹെലൻ കെല്ലർ എന്ന സ്ത്രീരത്നം.

ഹെലൻ ആഡംസ് കെല്ലർ, അമേരിക്കൻ എഴുത്തുകാരിയും, വികലാംഗരുടെ അവകാശങ്ങൾക്കായി വാദിക്കുന്ന അഭിഭാഷകയും, രാഷ്ട്രീയ പ്രവർത്തകയും, പ്രഭാഷകയുമായിരുന്നു. ഇതെല്ലാം സാധാരണമെന്നു വിവക്ഷിച്ചാലും അവർ അന്ധയും ബധിരയും ആയിരുന്നു എന്നു കൂടി അറിയുമ്പോഴാണ് അവർ അസാധാരണക്കാരി ആയിരുന്നുവെന്നു നാം തിരിച്ചറിയുക. ഹെലൻ കെല്ലർ എന്ന വനിതയുടെ അസാധാരണമായ ജീവിതം പ്രതിസന്ധികൾക്കു മുന്നിൽ പതറുന്ന ഏതൊരാളും അറിയേണ്ടതുണ്ട്. അലബാമയിൽ 1880 ജൂൺ മാസം 27 ന് ജനിച്ച ഹെലന് രണ്ടു വയസ്സ് തികയും മുൻപ്, മെനിഞ്ചൈറ്റിസ് ബാധയെ തുടർന്നു കാഴ്ചയും കേൾവിയും നഷ്ടപ്പെട്ടു. ഏഴു വയസ്സു വരെ അവൾ പ്രാഥമികമായി ആശയവിനിമയം നടത്തിയത് അവളുടെ അമ്മയ്ക്കു മാത്രം തിരിച്ചറിയുവാനാകുന്ന ചില ആംഗ്യങ്ങൾ ഉപയോഗിച്ചാണ്. ആറു വയസ്സു കഴിയുമ്പോഴേക്കും അവൾ തന്റെ ആദ്യ അധ്യാപികയും ജീവിതകാലം മുഴുവൻ നിഴലുപോലെ കൂടെ നിന്ന ആനി സള്ളിവനെ

കണ്ടുമുട്ടി. അവർ അവളെ വായനയും എഴുത്തും ഉൾപ്പെടെ അവളുടെ ഭാഷ പഠിപ്പിച്ചു. സള്ളിവൻ ആദ്യ പാഠങ്ങളിൽ, കെല്ലറുടെ കൈയിൽ വാക്കുകൾ എഴുതി അവൾക്ക് ചുറ്റുമുള്ള വസ്തുക്കളുടെ പേരുകൾ മനസ്സിലാക്കിച്ചു. പിന്നീട്, 'ടാഡോമ' രീതി ഉപയോഗിച്ചു മറ്റുള്ളവരുടെ സംസാരം പോലെ എങ്ങനെ സംസാരിക്കാമെന്നും ആ സംഭാഷണം എങ്ങനെ മനസ്സിലാക്കാമെന്നും അവൾ പഠിച്ചു. സ്പെഷ്യലിസ്റ്റ്, മുഖ്യധാരാ സ്കൂളുകളിലെ വിദ്യാഭ്യാസത്തിനു ശേഷം, ഹാർവാർഡ് യൂണിവേഴ്സിറ്റിയിലെ റാഡ്ക്ലിഫ് കോളേജിൽ ചേർന്ന് ബാച്ചിലർ ഓഫ് ആർട്സ് ബിരുദം നേടിയ ആദ്യത്തെ ബധിരയായ വ്യക്തിയായി ഹെലൻ. അന്നേ വരെ കേട്ടുകേൾവി ഇല്ലാതിരുന്ന ഒരു കാര്യമായിരുന്നു അന്ധയും ബധിരയുമായ ഒരു സ്ത്രീയുടെ സർവ്വകലാശാലാ പഠനം. ഏറെക്കുറേ അസാധ്യമെന്നു ലോകം വിലയിരുത്തി വന്ന ഒരു നേട്ടമായിരുന്നു ഹെലന്റെ ബിരുദം നേടൽ. ബിരുദം നേടിയ വാർത്ത ലോകം അത്ഭുതത്തോടെ ശ്രവിച്ചു, സ്വീകരിച്ചു. എന്നാൽ ആ നേട്ടം കൊണ്ടവർ തന്റെ ലക്ഷ്യം പൂർണ്ണമായി എന്നു കരുതിയില്ല. അതൊരു തുടക്കം മാത്രമായി കരുതി. അവിടെ നിന്നും അവർ ആരംഭിക്കുകയാണ് ഉണ്ടായത്.

പിന്നീട് 1968 വരെ അമേരിക്കൻ ഫൗണ്ടേഷൻ ഫോർ ദി ബ്ലൈൻഡിൽ ജോലി ചെയ്തു. ഈ സമയത്ത് അവർ അമേരിക്കയിലും ലോകമെമ്പാടുമുള്ള 35 രാജ്യങ്ങളിലും സഞ്ചരിച്ച് കാഴ്ച നഷ്ടപ്പെട്ടവർക്കുവേണ്ടി വാദിക്കുകയും ചെയ്തു.

ഹെലൻ എന്തായിരുന്നു എന്നതിനേക്കാൾ എന്തായിരുന്നില്ല എന്നു ചിന്തിക്കുകയാണ് കൂടുതൽ എളുപ്പം. മൃഗങ്ങളിൽ തുടങ്ങി മഹാത്മാഗാന്ധി വരെയുള്ള വിഷയങ്ങളിൽ 12 പുസ്തകങ്ങളും നൂറുകണക്കിനു പ്രസംഗങ്ങളും ലേഖനങ്ങളും എഴുതിയ കെല്ലർ, ഒരു മികച്ച എഴുത്തുകാരിയായിരുന്നു. വികലാംഗ ക്ഷേമം, സ്ത്രീകളുടെ വോട്ടവകാശം, തൊഴിൽ അവകാശങ്ങൾ, ലോക സമാധാനം എന്നിവയ്ക്കായി കെല്ലർ പ്രചാരണം നടത്തി. അവർ 1909-ൽ സോഷ്യലിസ്റ്റ് പാർട്ടി ഓഫ് അമേരിക്കയിൽ ചേർന്നു. അവർ അമേരിക്കൻ സിവിൽ ലിബർട്ടീസ് യൂണിയന്റെ അംഗവുമായിരുന്നു. 'ഹൗ ഐ ബികേം എ സോഷ്യലിസ്റ്റ്' എന്ന അവളുടെ പുസ്തകം നാസി യുവാക്കൾ കത്തിച്ചപ്പോൾ, സെൻസർഷിപ്പിനേയും മുൻവിധികളെയും അപലപിച്ച് ജർമ്മനിയിലെ വിദ്യാർത്ഥി സംഘടനയ്ക്ക് അവർ ഒരു തുറന്ന കത്ത് എഴുതി.

ഹെലൻ കെല്ലർ അമേരിക്കയിലെ അലബാമയിലാണ് ജനിച്ചത്. ഹെലന്റെ മുത്തച്ഛൻ പതിറ്റാണ്ടുകൾക്ക് മുമ്പ് നിർമ്മിച്ച ഐവി ഗ്രീൻ എന്ന വീട്ടിലാണ് അവളുടെ കുടുംബം താമസിച്ചിരുന്നത്. അവൾക്ക് നാല് സഹോദരങ്ങൾ ഉണ്ടായിരുന്നു. രണ്ട് പൂർണ്ണ സഹോദരങ്ങൾ, അനിയത്തി മിൽഡ്രഡ് കെല്ലർ, അനിയൻ ഫിലിപ്പ് കെല്ലർ, കൂടാതെ അവളുടെ പിതാവിന്റെ മുൻ വിവാഹത്തിൽ നിന്നുള്ള രണ്ട് മൂത്ത അർദ്ധസഹോദരൻമാരായ ജയിംസ് കെല്ലർ, സിംപ്സൺ കെല്ലർ എന്നിവരാണത്. എന്നാൽ സഹോദരങ്ങളെക്കുറിച്ചു വളരെക്കുറച്ചു മാത്രമാണ് ഹെലന്റെ പുസ്തകങ്ങളിൽ പരാമർശിച്ചിരിക്കുന്നത്.

അവളുടെ അച്ഛൻ, ആർതർ ഹെൻലി കെല്ലർ, ടസ്കുംബിയ നോർത്ത് അലബാമിയൻ പത്രത്തിന്റെ എഡിറ്ററായി വർഷങ്ങളോളം ജോലി ചെയ്തു. അതിനു മുൻപ് അദ്ദേഹം കോൺഫെഡറേറ്റ് ആർമിയിൽ ക്യാപ്റ്റനായി സേവനമനുഷ്ഠിക്കുകയും ചെയ്തിട്ടുണ്ട്. കുടുംബത്തെ ഏറെ ഇഷ്ടപ്പെട്ടിരുന്ന, വളരെ സ്നേഹത്തോടെ എല്ലാവരോടും ഇടപെട്ടിരുന്ന കുലീനനായ വ്യക്തി ആയിരുന്നു അദ്ദേഹം. യുദ്ധത്തിന് മുൻപ് ഈ കുടുംബം അടിമകളെ കൈവശം വച്ചിരുന്ന ഉന്നത വിഭാഗമായിരുന്നു, എന്നാൽ പിന്നീട് ആ പദവി നഷ്ടപ്പെട്ടു. അവളുടെ അമ്മ, 'കേറ്റ്' എന്നറിയപ്പെടുന്ന കാതറിൻ ആഡംസ് കെല്ലർ, കോൺഫെഡറേറ്റ് ജനറലായിരുന്ന ചാൾസ് ഡബ്ല്യു. ആഡംസിന്റെ മകളായിരുന്നു. അവളുടെ പിതൃപരമ്പര സ്വിറ്റ്സർലൻഡ് സ്വദേശിയായ കാസ്പർ കെല്ലറിൽ എത്തി നിൽക്കുന്നു. ഹെലന്റെ സ്വിസ് പൂർവ്വികരിലൊരാൾ സൂറിച്ചിലെ ബധിരർക്കുള്ള ആദ്യ അധ്യാപകനായിരുന്നു. കെല്ലർ തന്റെ ആദ്യ ആത്മകഥയിൽ ഇതേക്കുറിച്ചു പ്രതിപാദിച്ചിട്ടുണ്ട്.

19 മാസം പ്രായമുള്ളപ്പോൾ, കെല്ലറിന് 'വയറ്റിലെയും തലച്ചോറിലെയും രൂക്ഷമായ പ്രശ്നം' എന്ന് ഡോക്ടർമാർ വിശേഷിപ്പിച്ച ഒരു അജ്ഞാത രോഗം പിടിപെട്ടു. അക്കാലത്തെ പരിമിതമായ വൈദ്യശാസ്ത്ര അറിവു വച്ച് ഇത് നെയ്സെരിയ മെനിഞ്ചൈറ്റിഡിസ്, അല്ലെങ്കിൽ ഹീമോഫിലസ് എന്ന ബാക്ടീരിയ മൂലമുണ്ടാകുന്ന മെനിഞ്ചൈറ്റിസ് ആയിരിക്കാം അതല്ലെങ്കിൽ താരതമ്യേന നിരുപദ്രവകാരികൾ എന്ന ഗണത്തിൽപ്പെടുന്ന ഇൻഫ്ലുവൻസയോ, റുബെല്ലയോ അതും അല്ലെങ്കിൽ സ്കാർലറ്റ് പനിയോ കാരണം ആയിരിക്കാം എന്നു വീട്ടുകാർ വിശ്വസിച്ചു. അസുഖം ഏതായാലും, അത് അവളെ ബധിരയും അന്ധയും ആക്കി. 'കട

ലിൽ ഇടതൂർന്ന മൂടൽമഞ്ഞിൽ' എന്നു തന്റെ ആത്മകഥയിൽ അനുസ്മരിച്ചതു പോലെ പിന്നീട് അവൾ കാഴ്ചയുടെ ലോകത്തിൽ നിന്നും പിൻവാങ്ങി നിറമില്ലാത്ത ലോകത്തു ജീവിക്കുവാൻ ആരംഭിച്ചു.

കാഴ്ചയും കേൾവിയും ഇല്ലാത്ത ഹെലനു സംസാരശേഷിയും അന്യമായി. രോഗബാധിതയാകും വരെ വളരെ മിടുക്കിയായ ഒരു പെൺകുഞ്ഞ് ആയിരുന്നു ഹെലൻ. എന്നാൽ പിന്നീട് അവൾ മറ്റൊരു ലോകത്ത് ഒറ്റപ്പെട്ടു പോയി. അക്കാലത്ത് ഹെലൻ കെല്ലറിന് കുടുംബത്തിലെ പാചകക്കാരിയുടെ രണ്ട് വയസ്സുള്ള മൂത്ത മകൾ മാർത്ത വാഷിംഗ്ടണുമായി കുറച്ച് ആശയവിനിമയം നടത്താൻ കഴിയുമായിരുന്നു. മാർത്ത, ഹെലന്റെ ആംഗ്യങ്ങൾ മനസ്സിലാക്കി പ്രതികരിച്ചിരുന്നു. ഏഴ് വയസ്സുള്ളപ്പോൾ, കെല്ലർ അറുപതിലധികം ആംഗ്യങ്ങൾ സൃഷ്ടിച്ച് അതിലൂടെ ആശയ വിനിമയം ചെയ്തിരുന്നു. അവൾ, ആളുകളെ അവരുടെ കാൽപ്പാടുകളുടെ പ്രകമ്പനം കൊണ്ട് വേർതിരിച്ചറിയുകയും ചെയ്തിരുന്നു.

1886–ൽ, കെല്ലറുടെ അമ്മ, മറ്റൊരു ബധിരയും അന്ധയുമായ ലോറ ബ്രിഡ്ജ്മാൻ വിജയകരമായി വിദ്യാഭ്യാസം നേടിയതായി ചാൾസ് ഡിക്കൻസിന്റെ അമേരിക്കൻ കുറിപ്പുകളിലെ ഒരു വിവരണത്തിൽ നിന്ന് അറിഞ്ഞു. അതിൽ നിന്നും പ്രചോദനം ഉൾക്കൊണ്ട്, ഉപദേശത്തിനായി ബാൾട്ടിമോറിലെ ഇഎൻടി, വിദഗ്ധൻ, ജെ. ജൂലിയൻ ഷിസോമിനെ കാണുവാൻ കെല്ലറെ അവളുടെ പിതാവിനൊപ്പം അയച്ചു.

അക്കാലത്ത് ബധിരരായ കുട്ടികളുടെ ഇടയിൽ അവരുടെ പരിശീലകനായി ജോലി ചെയ്തിരുന്ന അലക്സാണ്ടർ ഗ്രഹാം ബെല്ലിന്റെ അടുത്തേക്ക് ചെല്ലുവാനാണ് ചിസോം, കെല്ലർമാരെ ഉപദേശിച്ചത്. സൗത്ത് ബോസ്റ്റണിലെ, പെർകിൻസ് ഇൻസ്റ്റിറ്റ്യൂട്ട് ഫോർ ദി ബ്ലൈൻഡുമായി ബന്ധപ്പെടാൻ ബെൽ അവരെ ഉപദേശിച്ചു. സ്കൂൾ ഡയറക്ടർ മൈക്കൽ അനഗ്നോസ്, സ്കൂളിലെ പൂർവ്വവിദ്യാർത്ഥിനിയായ ആനി സള്ളിവനെ ഇൻസ്ട്രക്ടറായി നിർദ്ദേശിച്ചു. ഏകദേശം 50 വർഷം നീണ്ടുനിന്ന ഒരു ബന്ധത്തിന്റെ തുടക്കമായിരുന്നു അത്. അവർ പിന്നീട് കെല്ലറുടെ ജീവിതത്തിലെ കൂട്ടാളിയായും പരിണമിച്ചു.

1887 മാർച്ച് 5-ന് ആനി സള്ളിവൻ കെല്ലറുടെ വീട്ടിൽ എത്തി. പിൽക്കാലത്ത്, ഹെലൻ എന്നെന്നേക്കുമായി തന്റെ ആത്മാവിന്റെ ജന്മദിനമായി ഓർമ്മിച്ചിരുന്ന ദിവസം അതായിരുന്നു. സള്ളിവൻ

അന്നു തന്നെ സമ്മാനമായി കൊണ്ടുവന്ന പാവയെക്കുറിച്ച് 'ഡി-ഒ-എൽ-എൽ' എന്ന് തുടങ്ങുന്ന അക്ഷരങ്ങൾ ഉപയോഗിച്ച് ആശയവിനിമയം നടത്താൻ ഹെലനെ പഠിപ്പിക്കാൻ തുടങ്ങി. കെല്ലർ ആദ്യം നിരാശപ്പെട്ടു. കാരണം ഓരോ വസ്തുവിനും തുല്യമായി തിരിച്ചറിയുന്ന ഒരു വാക്ക് ഉണ്ടെന്ന് അവൾക്ക് മനസ്സിലായില്ല. സള്ളിവൻ കെല്ലറിനെ 'മഗ്' എന്നതിന്റെ പദം പഠിപ്പിക്കാൻ ശ്രമിച്ചപ്പോൾ, കെല്ലർ വളരെ നിരാശപ്പെട്ടു അരിശപ്പെട്ട് ആ മഗ്ഗ് തകർത്തു. എന്നാൽ താമസിയാതെ അവൾ സള്ളിവന്റെ കൈ ആംഗ്യങ്ങൾ അനുകരിക്കാൻ തുടങ്ങി. 'ഞാൻ ഒരു വാക്ക് ഉച്ചരിക്കുകയാണെന്നോ ആ വാക്കുകൾ നിലവിലുണ്ടെന്നോ എനിക്കറിയില്ലായിരുന്നു,' കെല്ലർ ഓർത്തു. 'എന്റെ വിരലുകൾ കുരങ്ങിനെപ്പോലെ അനുകരിക്കുകയായിരുന്നു.'

പിന്നീട് ഒരു ദിവസം ഹെലൻ വളരെ പ്രകോപിത ആയിരിക്കെ, ടീച്ചർ അവളുടെ കൈപ്പത്തിയിൽ തണുത്ത വെള്ളം ഒഴുക്കിയപ്പോൾ ആണ്, 'വെള്ളം' എന്ന ആശയത്തെ പ്രതീകപ്പെടുത്തുന്ന ചലനങ്ങൾ അവൾ മനസ്സിലാക്കിയത്. അതു കെല്ലറുടെ ആശയവിനിമയത്തിലെ ഏറ്റവും വലിയ മുന്നേറ്റമായി. തന്റെ ആത്മകഥയായ ദി സ്റ്റോറി ഓഫ് മൈ ലൈഫിൽ കെല്ലർ ആ നിമിഷം അനുസ്മരിച്ചു. 'ഞാൻ നിശ്ചലമായി നിന്നു, എന്റെ ശ്രദ്ധ മുഴുവൻ ടീച്ചറുടെ വിരലുകളുടെ ചലനങ്ങളിൽ കേന്ദ്രീകരിച്ചു. പെട്ടെന്ന് എന്തോ മറന്നതുപോലെ. പിന്നീട്, പുതുബോധം എനിക്ക് അനുഭവപ്പെട്ടു. ചിന്തയുടെ തിരിച്ചുവരവിന്റെ ആവേശം, ഒപ്പം ഭാഷയുടെ നിഗൂഢത എങ്ങനെയോ എനിക്ക് വെളിപ്പെട്ടു, എന്റെ കൈയ്യിൽ ഒഴുകുന്ന അത്ഭുതകരമായ തണുപ്പാണ് വെള്ളം എന്ന് അർത്ഥമാക്കുന്നത് എന്നു ഞാൻ മനസ്സിലാക്കി. ജീവനുള്ള ആ വാക്ക് എന്റെ ആത്മാവിനെ ഉണർത്തി, പ്രകാശം നൽകി, പ്രത്യാശ നൽകി, സ്വതന്ത്രയാക്കുകയായിരുന്നു!' കെല്ലർ അപ്പോൾ അവളുടെ ലോകത്തിലെ പരിചിതമായ മറ്റെല്ലാ വസ്തുക്കളുടെയും പേരുകൾ ആവശ്യപ്പെട്ടു. അതായിരുന്നു മാറ്റത്തിന്റെ തുടക്കം.

ഹെലൻ കെല്ലർ ഒറ്റപ്പെട്ടവളായിരുന്നുവെങ്കിലും പുറം ലോകവുമായി വളരെ സമ്പർക്കം പുലർത്തിയിരുന്നു. സ്പർശനത്തിലൂടെ അവൾക്ക് സംഗീതം ആസ്വദിക്കാനും മൃഗങ്ങളുമായി ശക്തമായ ബന്ധം സ്ഥാപിക്കാനും കഴിഞ്ഞു. അവൾ ഭാഷ പഠിക്കുവാൻ വൈകി, പക്ഷേ അതൊന്നും അവളുടെ ജീവിതത്തെ ശബ്ദത്തിൽ നിന്നും അകറ്റിയില്ല.

കെല്ലർ പിന്നീട് പെർകിൻസ് ഇൻസ്റ്റിറ്റ്യൂട്ട് ഫോർ ദി ബ്ലൈൻഡിൽ ചേർന്നു. 1894-ൽ, കെല്ലറും ആനി സള്ളിവനും ന്യൂയോർക്കിലേക്ക് റൈറ്റ്-ഹുമസൺ ബധിര വിദ്യാലയത്തിൽ ചേരാനും അതിനു ശേഷം ഹോറസ് മാൻ ബധിര വിദ്യാലയത്തിൽ സാറാ ഫുള്ളറുടെ കീഴിൽ പഠിക്കാനും മാറി. അവിടെ പഠനം പൂർത്തിയാക്കിയ ശേഷം അവർ മസാച്യുസെറ്റ്സിലേക്ക് മടങ്ങുകയും, ഹാർവാർഡ് യൂണിവേഴ്സിറ്റിയിലെ റാഡ്ക്ലിഫ് കോളേജിൽ പ്രവേശനം നേടുന്നതിന് മുമ്പ് കേംബ്രിഡ്ജ് സ്കൂൾ ഫോർ യംഗ് ലേഡീസിൽ പ്രവേശനം നേടുകയും ചെയ്തു. അവിടെ അവൾ സൗത്ത് ഹൗസിലെ ബ്രിഗ്സ് ഹാളിൽ താമസിച്ചു. അവളുടെ ആരാധകനായ മാർക്ക് ട്വെയ്ൻ അവളെ സ്റ്റാൻഡേർഡ് ഓയിൽ മാഗ്നറ്റ് ഹെൻറി ഹട്ടിൽസ്റ്റൺ റോജേഴ്സിനെ പരിചയപ്പെടുത്തി. കൂടാതെ അദ്ദേഹത്തിന്റെ ഭാര്യ ആബിയോടൊപ്പം അവളുടെ വിദ്യാഭ്യാസത്തിനായി പണവും നൽകി. 1904-ൽ, ഇരുപത്തിനാലാം വയസ്സിൽ, കെല്ലർ റാഡ്ക്ലിഫിൽ നിന്നു ബിരുദം നേടി. ബാച്ചിലർ ഓഫ് ആർട്സ് ബിരുദം നേടിയ ആദ്യത്തെ ബധിര-അന്ധ വ്യക്തിയായി.

ഓസ്ട്രിയൻ തത്ത്വചിന്തകനും അദ്ധ്യാപകനുമായ വിൽഹെം ജെറുസലേമുമായി അവൾ കത്തിടപാടുകൾ നടത്തി, അവളുടെ സാഹിത്യത്തിലുള്ള അവളുടെ കഴിവുകൾ ആദ്യമായി കണ്ടെത്തിയവരിൽ ഒരാളായിരുന്നു അദ്ദേഹം.

മറ്റുള്ളവരുമായി കഴിയുന്നത്ര സാമ്പ്രദായികമായി ആശയവിനിമയം നടത്താൻ തീരുമാനിച്ച കെല്ലർ സംസാരിക്കാൻ പഠിക്കുകയും ജീവിതത്തിന്റെ ഭൂരിഭാഗ സമയവും പ്രസംഗങ്ങളും പ്രഭാഷണങ്ങളും നടത്തുകയും ചെയ്തു. ടാഡോമ രീതി ഉപയോഗിച്ച് ആളുകളുടെ സംസാരം 'കേൾക്കാൻ' അവൾ പഠിച്ചു, അതായത് സ്പീക്കറുടെ ചുണ്ടുകളും തൊണ്ടയും അനുഭവിക്കാൻ വിരലുകൾ ഉപയോഗിക്കുക. ബ്രെയിൽ ലിപി ഉപയോഗിക്കുന്നതിലും ആശയവിനിമയത്തിനായി വിരലടയാളം ഉപയോഗിക്കുന്നതിലും അവൾ പ്രാവീണ്യം നേടി. ഒന്നാം ലോകമഹായുദ്ധത്തിന് തൊട്ടുമുമ്പ്, സംഗീതത്തെ ഒരു പ്രതിധ്വനിയായി ടേബിൾടോപ്പിൽ വിരൽത്തുമ്പിൽ വയ്ക്കുന്നതിലൂടെ തനിക്കു സംഗീതം കേൾക്കാൻ കഴിയുമെന്ന് അവൾ തിരിച്ചറിഞ്ഞു.

ഹെലൻ കെല്ലറെ പഠിപ്പിച്ചതിന് ശേഷം വളരെക്കാലം ആനി സള്ളിവൻ അവളുടെ കൂട്ടുകാരിയായി തുടർന്നു. പിന്നീട് സള്ളി

വൻ, ജോൺ മേസിയെ വിവാഹം കഴിച്ചു. മറ്റാരുമായും പരിചയമില്ലാത്ത സ്കോട്ട്ലൻഡിൽ നിന്നുള്ള ഒരു യുവതിയായിരുന്നു ആനി സള്ളിവൻ. അവൾ ഒരു സെക്രട്ടറിയായും ജോലി ചെയ്തു, ഒടുവിൽ കെല്ലറുടെ ഒരു സ്ഥിരം കൂട്ടുകാരി ആയിത്തീർന്നു. ഹെലന് അത്തരത്തിൽ ഒരു സഹായി ഉണ്ടാകേണ്ടതും അത്യന്താപേക്ഷിതമായിരുന്നു.

കെല്ലർ, സള്ളിവനും മേസിയും ചേർന്ന് ക്വീൻസിലെ ഫോറസ്റ്റ് ഹിൽസിലേക്ക് താമസം മാറ്റി. അമേരിക്കൻ ഫൗണ്ടേഷൻ ഫോർ ദി ബ്ലൈൻഡിന് വേണ്ടിയുള്ള തന്റെ ശ്രമങ്ങൾക്ക് ആ വീട് ഒരു അടിത്തറയായി ഉപയോഗിച്ചു. ഈ സമയത്ത് ഹെലന്റെ ജീവിതത്തിൽ വളരെ നിർണ്ണായകമായ ഒരു സംഭവം ഉണ്ടായി. അവളിലെ വൈകാരിക തലം മറ നീക്കി പുറത്തു വന്നു എന്നും പറയാം. മുപ്പതാം വയസ്സിൽ ഹെലൻ ഒരു പ്രണയബന്ധം പുലർത്തുകയും രഹസ്യമായി വിവാഹനിശ്ചയം നടത്തുകയും അവൾ ഇഷ്ടപ്പെടുന്ന ആ പുരുഷനുമായി ഒളിച്ചോടാൻ ശ്രമിച്ചുകൊണ്ട് അവളുടെ അദ്ധ്യാപികയേയും കുടുംബത്തെയും വെല്ലുവിളിക്കുകയും ചെയ്തു.

'അദ്ദേഹം ഒരു സോഷ്യലിസ്റ്റ് ആയിരുന്നു.' പീറ്റർ ഫാഗൻ, എന്ന ഒരു യുവ ബോസ്റ്റൺദേശക്കാരൻ ആയിരുന്നു അയാൾ. ആജീവനാന്ത സഹയാത്രികയായ ആനി രോഗബാധിതയായപ്പോൾ ഹെലന്റെ പ്രൈവറ്റ് സെക്രട്ടറിയായി പ്രവർത്തിക്കാൻ ഹെറാൾഡ് റിപ്പോർട്ടർ ഹെലന്റെ വീട്ടിലേക്ക് അയച്ചതായിരുന്നു അദ്ദേഹത്തെ. എന്നാൽ ആ ബന്ധം അത്തരത്തിൽ അധികകാലം തുടർന്നില്ല. ഹെലന്റെ അമ്മയുടെ അഭ്യർത്ഥന കൂടി പരിഗണിച്ച് ഹെലനും പീറ്ററും ആ ബന്ധം അവിടെ അവസാനിപ്പിച്ചു. അധികം വൈകാതെ ഹെലൻ കെല്ലറുടെ അച്ഛൻ മരിച്ചു. സള്ളിവൻ മെല്ലെ സുഖം പ്രാപിച്ചു. ഇക്കാലത്ത് കെല്ലർ അമ്മയോടൊപ്പം അലബാമയിലെ മോണ്ട്ഗോമറിയിലേക്ക് താമസം മാറിയിരുന്നു. കൊറോണറി ത്രോംബോസിസിന്റെ ഫലമായി കോമയിലേക്ക് വീണതിനെ തുടർന്ന് ആനി സള്ളിവൻ 1936-ൽ മരിച്ചു. ലോകം കണ്ട ഏറ്റവും വിശുദ്ധമായ ഗുരുശിഷ്യബന്ധമായിരുന്നു സള്ളിവന്റെ വിയോഗത്തോടെ അവിടെ അവസാനിച്ചത്.

പിന്നീടുള്ള ഹെലന്റെ ജീവിതം ലോകത്തിലെ പാർശ്വവൽക്കരിക്കപ്പെട്ടവർക്കു വേണ്ടി മാത്രമായി. അതിനായി അവർ ലോകമെമ്പാടും സഞ്ചരിച്ച് അന്ധർക്കായി ഫണ്ട് സ്വരൂപിച്ചു. നഴ്സായിരുന്ന വിന്നി കോർബാലി, കെല്ലറുടെ പിന്നീടുള്ള ജീവിതകാലം മുഴു

വൻ അവരുടെ സഹയാത്രികയായി മാറി.

ലോകപ്രശസ്ത പ്രഭാഷകയും എഴുത്തുകാരിയുമായി കെല്ലർ മാറി. മറ്റ് പല തിരക്കുകൾക്കിടയിലും അവർ വൈകല്യമുള്ളവർക്ക് വേണ്ടി വാദിച്ചു. ബധിരരുടെ അവസ്ഥയെക്കുറിച്ച് പ്രചോദനാത്മകമായ പ്രസംഗങ്ങൾ നടത്തി അവർ ഇരുപത്തിയഞ്ച് വ്യത്യസ്ത രാജ്യങ്ങളിൽ സഞ്ചരിച്ചു. അവൾ ഒരു വോട്ടവകാശി, സമാധാനവാദി, റാഡിക്കൽ സോഷ്യലിസ്റ്റ്, ജനന നിയന്ത്രണ പിന്തുണക്കാരി, വുഡ്രോ വിൽസന്റെ എതിരാളി എന്നിങ്ങനെ അറിയപ്പെട്ടു. 1915-ൽ അവളും ജോർജ്ജ് എ കെസ്ലറും ചേർന്ന് ഹെലൻ കെല്ലർ ഇന്റർനാഷണൽ എന്ന സംഘടന സ്ഥാപിച്ചു.

ഈ സ്ഥാപനം കാഴ്ച, ആരോഗ്യം, പോഷകാഹാരം എന്നിവയിൽ ഗവേഷണം നടത്തുന്നു. 1920ൽ അമേരിക്കൻ സിവിൽ ലിബർട്ടീസ് യൂണിയൻ സ്ഥാപിക്കാൻ അവർ സഹായിച്ചു. കെല്ലർ സള്ളിവനോടൊപ്പം ധാരാളം രാജ്യങ്ങളിൽ സഞ്ചരിച്ചിരുന്നു. ജപ്പാനിലേക്ക് നിരവധി യാത്രകൾ നടത്തി, ജാപ്പനീസ് ജനതയുടെ പ്രിയങ്കരിയായി. ഗ്രോവർ ക്ലീവ്ലാൻഡ് മുതൽ ലിൻഡൻ ബി ജോൺസൺ വരെയുള്ള എല്ലാ യുഎസ് പ്രസിഡന്റുമാരെയും കെല്ലർ കണ്ടുമുട്ടി, അലക്സാണ്ടർ ഗ്രഹാം ബെൽ, ചാർളി ചാപ്ലിൻ, മാർക്ക് ടെയ്ൻ എന്നിവരുൾപ്പെടെ നിരവധി പ്രശസ്ത വ്യക്തികളുമായി സൗഹൃദത്തിലായിരുന്നു. കെല്ലറും ടെയിനും ഇടതുപക്ഷ രാഷ്ട്രീയവുമായി സഖ്യമുണ്ടാക്കിയ രാഷ്ട്രീയ തീവ്രവാദികളായി കണക്കാക്കപ്പെട്ടിരുന്നു.

'വ്യാവസായിക അടിച്ചമർത്തലിലൂടെ ദരിദ്രർ തകർന്നു' എന്ന് വിശ്വസിച്ചിരുന്ന കെല്ലർ, ദരിദ്ര കുടുംബങ്ങളിൽ ജനിക്കുന്ന കുട്ടികൾക്കും താൻ ആസ്വദിച്ചിരുന്ന അതേ അവസരങ്ങൾ ലഭിക്കണമെന്ന് ആഗ്രഹിച്ചു. അവൾ എഴുതി, 'ഞാൻ എന്റെ വിജയത്തിനു ഭാഗികമായി കടപ്പെട്ടിരിക്കുന്നത് എന്റെ ജനനത്തിന്റെയും ചുറ്റുപാടിന്റെയും ഗുണങ്ങളോടാണ്. ഉയരാനുള്ള ചുറ്റുപാട് പലപ്പോഴും എല്ലാവരുടെയും പരിധിയിൽ വരുന്നതല്ലെന്ന് ഞാൻ മനസ്സിലാക്കി.'

കെല്ലർ സോഷ്യലിസ്റ്റ് പാർട്ടി അംഗമായിരുന്നു, 1909 മുതൽ 1921 വരെ തൊഴിലാളിവർഗത്തെ പിന്തുണച്ച് സജീവമായി പ്രചാരണം നടത്തുകയും എഴുതുകയും ചെയ്തു. അവളുടെ പല പ്രസംഗങ്ങളും എഴുത്തുകളും സ്ത്രീകളുടെ വോട്ടവകാശത്തെക്കുറിച്ചും യുദ്ധത്തിന്റെ പ്രത്യാഘാതങ്ങളെക്കുറിച്ചും ആയിരുന്നു; കൂടാതെ, സൈ

നിക ഇടപെടലിനെ എതിർക്കുന്ന കാരണങ്ങളെ അവൾ പിന്തുണച്ചു. അവളുടെ ശബ്ദം പൊതുജനങ്ങൾക്ക് നന്നായി കേൾക്കാൻ സ്പീച്ച് തെറാപ്പി ചെയ്യുന്നുണ്ടായിരുന്നു. റോക്ക്ഫെല്ലറുടെ ഉടമസ്ഥതയിലുള്ള പ്രസ്സ് അവളുടെ ലേഖനങ്ങൾ അച്ചടിക്കാൻ വിസമ്മതിച്ചപ്പോൾ, തന്റെ കൃതികൾ പ്രസിദ്ധീകരിക്കുന്നത് വരെ അവൾ പ്രതിഷേധിച്ചു. സോഷ്യലിസ്റ്റ് പാർട്ടി സ്ഥാനാർത്ഥി യൂജിൻ വി. ഡെബ്സിന്റെ പ്രസിഡന്റ് സ്ഥാനത്തേക്കുള്ള ഓരോ പ്രചാരണത്തിലും അവർ പിന്തുണച്ചു. പുരോഗതിയും ദാരിദ്ര്യവും വായിക്കുന്നതിന് മുമ്പ്, ഹെലൻ കെല്ലർ ഒരു സോഷ്യലിസ്റ്റ് ആയിരുന്നു. 'ഹെൻറി ജോർജിന്റെ തത്ത്വചിന്തയിൽ അപൂർവമായ സൗന്ദര്യവും പ്രചോദനത്തിന്റെ ശക്തിയും, മനുഷ്യപ്രകൃതിയുടെ അനിവാര്യമായ കുലീനതയിലുള്ള മഹത്തായ വിശ്വാസവും' കണ്ടെത്തുന്നതിനെക്കുറിച്ച് അവൾ പിന്നീട് എഴുതി.

സോഷ്യലിസ്റ്റ് കാഴ്ചപ്പാടുകൾ പ്രകടിപ്പിക്കുന്നതിന് മുമ്പ് അവളുടെ ധൈര്യത്തെയും ബുദ്ധിയെയും പ്രശംസിച്ച പത്ര കോളമിസ്റ്റുകൾ ഇപ്പോൾ അവളുടെ വൈകല്യങ്ങളിലേക്ക് ശ്രദ്ധ ക്ഷണിക്കുന്നുവെന്ന് ഹെലൻ അഭിപ്രായപ്പെട്ടു. ബ്രൂക്ക്ലിൻ ഈഗിളിന്റെ എഡിറ്റർ എഴുതി, 'അവളുടെ വികാസത്തിന്റെ പ്രകടമായ പരിമിതികളിൽ നിന്നാണ് അവളുടെ തെറ്റുകൾ ഉടലെടുത്തത്.' കെല്ലർ ആ എഡിറ്ററോട് പ്രതികരിച്ചു, അവളുടെ രാഷ്ട്രീയ വീക്ഷണങ്ങളെക്കുറിച്ച് അറിയുന്നതിന് മുമ്പ് അദ്ദേഹത്തെ കണ്ടതിനെ പരാമർശിച്ചു.

'ആ സമയത്ത് അദ്ദേഹം എനിക്ക് നൽകിയ അഭിനന്ദനങ്ങൾ വളരെ ഉദാരമായിരുന്നു, അവ ഓർക്കുമ്പോൾ ഇപ്പോൾ എനിക്കു നാണക്കേടുതോന്നുന്നു. ഇപ്പോൾ ഞാൻ സോഷ്യലിസത്തിന് വേണ്ടി ഇറങ്ങിയതിനാൽ അദ്ദേഹം എന്നെക്കുറിച്ച് പൊതുജനങ്ങളോട് ഞാൻ അന്ധയും ബധിരയുമാണെന്നും പ്രത്യേകിച്ചു തെറ്റുപറ്റുവാൻ സാധ്യതയുള്ളവളാണെന്നും പറയുന്നു. ശരിയാണ്, അയാളെ പരിചയപ്പെട്ടതിനു ശേഷമുള്ള വർഷങ്ങളിൽ എന്റെ ബുദ്ധി ചുരുങ്ങിപ്പോയിരിക്കണം. ... ഓ, പരിഹാസ്യമായ ബ്രൂക്ക്ലിൻ കഴുകൻ! സാമൂഹികമായി അന്ധരും ബധിരരും, ഈ അസഹനീയമായ വ്യവസ്ഥയെ പ്രതിരോധിക്കേണ്ടിയിരിക്കുന്നു.'

പാർലമെന്ററി സോഷ്യലിസം 'രാഷ്ട്രീയ ചതുപ്പിൽ മുങ്ങിക്കൊണ്ടിരിക്കുകയാണെന്ന്' പറഞ്ഞുകൊണ്ട് കെല്ലർ 1912-ൽ ഇൻഡസ്ട്രിയൽ വർക്കേഴ്സ് ഓഫ് ദി വേൾഡിൽ ചേർന്നു. 1916-നും 1918-

നും ഇടയിൽ അവൾ അതിനായി എഴുതി. എന്തുകൊണ്ട് ഞാൻ ഒരു ഐ.ഡബ്ല്യൂ.ഡബ്ല്യൂ ആയി മാറി എന്നതിൽ, അന്ധതയെയും മറ്റ് വൈകല്യങ്ങളെയും കുറിച്ചുള്ള അവളുടെ ഉത്കണ്ഠയിൽ നിന്നാണ് ആക്ടിവിസത്തിനുള്ള അവളുടെ പ്രേരണയെന്ന് കെല്ലർ വിശദീകരിച്ചു.

'അന്ധരുടെ അവസ്ഥയെക്കുറിച്ച് അന്വേഷിക്കാൻ ഒരു കമ്മീഷനിൽ എന്നെ നിയമിച്ചു. അന്ധത മനുഷ്യന്റെ നിയന്ത്രണത്തിന് അതീതമായ ഒരു ദൗർഭാഗ്യമാണെന്ന് കരുതിയിരുന്ന ഞാൻ ആദ്യമായി, അതിൽ അധികവും തെറ്റായ വ്യാവസായിക സാഹചര്യങ്ങളാൽ സംഭവിക്കുന്നുവെന്നു കണ്ടെത്തി. പലപ്പോഴും തൊഴിലുടമകളുടെ സ്വാർത്ഥതയും അത്യാഗ്രഹവും മൂലമാണ് അതു സംഭവിക്കുന്നത്. സാമൂഹിക തിന്മയും അതിന്റെ പങ്ക് സംഭാവന ചെയ്തു. ദാരിദ്ര്യം സ്ത്രീകളെ അന്ധതയിൽ അവസാനിക്കുന്ന ലജ്ജാകരമായ ജീവിതത്തിലേക്ക് നയിച്ചതായി ഞാൻ കണ്ടെത്തി.'

അവസാന വാചകം വേശ്യാവൃത്തിയെയും സിഫിലിസിനെയും സൂചിപ്പിക്കുന്നു, 'ആദ്യത്തേത് രണ്ടാമത്തേതിന്റെ പതിവ് കാരണവും രണ്ടാമത്തേത് അന്ധതയ്ക്കുള്ള പ്രധാന കാരണവുമാണ്.' അതേ അഭിമുഖത്തിൽ, സോഷ്യലിസത്തെ പിന്തുണച്ചതിന് മസാച്യുസെറ്റ്സിലെ ലോറൻസിലെ ടെക്സ്റ്റൈൽ തൊഴിലാളികളുടെ 1912-ലെ സമരവും കെല്ലർ ഉദ്ധരിച്ചു.

കെല്ലർ, യൂജെനിക്സിനെ പരമാവധി പിന്തുണച്ചു. 1915-ൽ, കഠിനമായ മാനസിക വൈകല്യങ്ങളോ ശാരീരിക വൈകല്യങ്ങളോ ഉള്ള ശിശുക്കൾക്ക് ജീവൻ രക്ഷിക്കാനുള്ള മെഡിക്കൽ നടപടിക്രമങ്ങൾ നിരസിക്കുന്നതിനെ അനുകൂലിച്ച് അവർ എഴുതി, അവരുടെ ജീവിതം വിലപ്പോവില്ലെന്നും അവർ കുറ്റവാളികളാകാൻ സാധ്യതയുണ്ട് എന്നും ഹെലൻ കരുതി. മനുഷ്യരുടെ അമിത ജനസംഖ്യയെക്കുറിച്ചുള്ള ആശങ്കകളും കെല്ലർ പ്രകടിപ്പിച്ചു.

കെല്ലർ ആകെ 12 പുസ്തകങ്ങളും നിരവധി ലേഖനങ്ങളും എഴുതി.

അവളുടെ ആദ്യകാല രചനകളിൽ ഒന്ന്, 11 വയസ്സുള്ളപ്പോൾ, ദി ഫ്രോസ്റ്റ് കിംഗ് (1891) ആയിരുന്നു. മാർഗരറ്റ് കാൻബിയുടെ ദി ഫ്രോസ്റ്റ് ഫെയറിസിൽ നിന്ന് ഈ കഥ കോപ്പിയടിച്ചതാണെന്ന് ആരോപണമുണ്ടായിരുന്നു. ഈ വിഷയത്തെക്കുറിച്ചുള്ള അന്വേഷണത്തിൽ അവളുടെ നിരപരാധിത്വം തെളിയിക്കപ്പെട്ടു.

22-ാം വയസ്സിൽ, കെല്ലർ തന്റെ ആത്മകഥ, ദി സ്റ്റോറി ഓഫ്

മൈ ലൈഫ് (1903) പ്രസിദ്ധീകരിച്ചു, സള്ളിവന്റെയും സള്ളിവന്റെ ഭർത്താവായ ജോൺ മേസിയുടെയും സഹായത്തോടെ. 21 വയസ്സുവരെയുള്ള അവളുടെ ജീവിതത്തിന്റെ കഥ ഇത് വിവരിക്കുന്നു, അവൾ കോളേജിൽ പഠിക്കുന്ന കാലത്താണ് അത് എഴുതിയത്.

1907-ൽ കെല്ലർ എഴുതിയ ഒരു ലേഖനത്തിൽ, നവജാത ശിശുവിന്റെ കണ്ണുകൾ അണുനാശിനി ലായനി ഉപയോഗിച്ച് കഴുകുന്നതിലൂടെ കുട്ടിക്കാലത്തെ അന്ധതയുടെ പല കേസുകളും തടയാനാകുമെന്ന വസ്തുത പൊതുശ്രദ്ധയിൽ കൊണ്ടുവന്നു. അക്കാലത്ത്, ഡോക്ടർമാരുടെയും മിഡ് വൈഫുമാരുടെയും ഒരു ഭാഗം മാത്രമാണ് ഇത് ചെയ്തിരുന്നത്. കെല്ലറുടെ ഈ വാദം കോമൺ സെൻസ് പൊതുജനാരോഗ്യകേന്ദ്രത്തിൽ വ്യാപകമായും സ്വീകരിക്കപ്പെട്ടു. പിന്നീട്, ലോകാരോഗ്യ സംഘടന പോലും ഇതിനെ പിന്തുണച്ചു.

കെല്ലർ 1908-ൽ ദ വേൾഡ് ഐ ലിവ് ഇൻ എഴുതി, ലോകത്തെ കുറിച്ച് അവൾക്ക് എങ്ങനെ തോന്നി എന്നതിനെക്കുറിച്ചുള്ള ഉൾക്കാഴ്ച വായനക്കാർക്ക് നൽകുന്ന ഗ്രന്ഥമാണിത്. സോഷ്യലിസത്തെക്കുറിച്ചുള്ള ഒരു ഉപന്യാസ പരമ്പരയും 1913-ൽ പ്രസിദ്ധീകരിച്ചു. ഇതേറെ ജനപ്രീതി നേടി.

കെല്ലർ ചെറുപ്പമായിരുന്നപ്പോൾ, ആനി സള്ളിവൻ അവളെ ഫിലിപ്സ് ബ്രൂക്സിനെ പരിചയപ്പെടുത്തി, അവൻ അവളെ ക്രിസ്തുമതത്തിലേക്ക് പരിചയപ്പെടുത്തി.

അവളുടെ ആത്മീയ ആത്മകഥ, എന്റെ 'മതം' 1927ൽ പ്രസിദ്ധീകരിച്ചു, തുടർന്ന് 1994-ൽ ലൈറ്റ് ഇൻ മൈ ഡാർക്ക്നസ് എന്ന പേരിൽ വിപുലമായി പരിഷ്കരിച്ച് വീണ്ടും പുറത്തിറക്കി.

1948-ൽ അവർ ന്യൂസിലൻഡിൽ പോയി ക്രൈസ്റ്റ് ചർച്ചിലെയും ഓക്ക്ലൻഡിലെയും ബധിര വിദ്യാലയങ്ങൾ സന്ദർശിച്ചു. അവൾ ബധിര സൊസൈറ്റി ഓഫ് കാന്റർബറി ലൈഫ് മെമ്പർ പാറ്റിയെ ക്രൈസ്റ്റ് ചർച്ചിൽ കണ്ടുമുട്ടി.

കെല്ലർ 1961-ൽ തുടർച്ചയായി മസ്തിഷ്കാഘാതം അനുഭവിക്കുകയും ജീവിതത്തിന്റെ അവസാന വർഷങ്ങൾ അവളുടെ വീട്ടിൽ ചിലവഴിക്കുകയും ചെയ്തു.

കെല്ലറുടെയും സള്ളിവന്റെയും കഥ ലോകം കൂടുതൽ അറിഞ്ഞത് അവരെക്കുറിച്ചുള്ള സിനിമയിലൂടെയാണ്. 1903-ൽ കെല്ലറുടെ ആത്മകഥയായ ദി സ്റ്റോറി ഓഫ് മൈ ലൈഫും സിനിമയ്ക്കും സ്റ്റേജിനും വേണ്ടിയുള്ള ദി മിറാക്കിൾ വർക്കർ എന്ന ആത്മകഥ

യും അവളെ കൂടുതൽ പ്രശസ്തയാക്കി. അവരുടെ ജന്മസ്ഥലം ഇപ്പോൾ ഒരു മ്യൂസിയമാണ്. കൂടാതെ വർഷം തോറും 'ഹെലൻ കെല്ലർ ഡേ' ആഘോഷിക്കുന്നുമുണ്ട്. അവരുടെ ജന്മദിനമായ ജൂൺ 27 ന് പെൻസിൽവാനിയയിൽ ഹെലൻ കെല്ലർ ദിനമായി ആചരിക്കുന്നു. അവരുടെ ജനനത്തിന്റെ നൂറാം വാർഷികത്തിൽ, യുഎസ് പ്രസിഡന്റ് ജിമ്മി കാർട്ടർ ഒരു പ്രസിഡൻഷ്യൽ പ്രഖ്യാപനവും അവർക്കു വേണ്ടി നടത്തി.

1964 സെപ്റ്റംബർ 14-ന്, പ്രസിഡന്റ് ലിൻഡൻ ബി ജോൺസൺ അവർക്ക് യുഎസിന്റെ ഏറ്റവും ഉയർന്ന രണ്ട് സിവിലിയൻ ബഹുമതികളിലൊന്നായ പ്രസിഡൻഷ്യൽ മെഡൽ ഓഫ് ഫ്രീഡം നൽകി. 1965-ൽ ന്യൂയോർക്ക് വേൾഡ് ഫെയറിൽ നാഷണൽ വിമൻസ് ഹാൾ ഓഫ് ഫെയിമിലേക്ക് അവർ തിരഞ്ഞെടുക്കപ്പെട്ടു.

അമേരിക്കൻ ഫൗണ്ടേഷൻ ഫോർ ദി ബ്ലൈൻഡിനു വേണ്ടിയുള്ള ഫണ്ട് സ്വരൂപിക്കുന്നതിനായി കെല്ലർ തന്റെ പിന്നീടുള്ള ജീവിതത്തിന്റെ ഭൂരിഭാഗവും നീക്കിവച്ചു. 1968 ജൂൺ 1-ന്, അവരുടെ എൺപത്തിയെട്ടാം ജന്മദിനത്തിന് ശേഷം ഏതാനും ആഴ്ചകൾക്കുള്ളിൽ, കണക്റ്റിക്കട്ടിലെ ഈസ്റ്റണിലുള്ള അവളുടെ വീട്ടിൽ, അർക്കൻ റിഡ്ജിൽ അവർ ഉറക്കത്തിൽ മരിച്ചു. വാഷിംഗ്ടൺ ഡി.സി.യിലെ വാഷിംഗ്ടൺ നാഷണൽ കത്തീഡ്രലിൽ അവളുടെ ബഹുമാനാർത്ഥം ഒരു ശുശ്രൂഷ നടത്തി, മൃതദേഹം സംസ്കരിച്ചു, അവരുടെ ചിതാഭസ്മം അവളുടെ സ്ഥിരം കൂട്ടാളികളായ ആനി സള്ളിവന്റെയും പോളി തോംസണിന്റെയും അടുത്തായി അടക്കം ചെയ്തു.

കെല്ലറുടെ ജീവിതം പലതവണ വ്യാഖ്യാനിക്കപ്പെട്ടിട്ടുണ്ട്. അവൾ ഒരു നിശബ്ദ ചിത്രമായ ഡെലിവറൻസ് (1919) ൽ പ്രത്യക്ഷപ്പെട്ടു, അത് മെലോഡ്രാമാറ്റിക്, സാങ്കൽപ്പിക ശൈലിയിൽ അവളുടെ കഥ പറഞ്ഞു.

അവളുടെ സുഹൃത്തും പ്രശസ്ത നാടക നടിയുമായ കാതറിൻ കോർണൽ അഭിനയിച്ച 1954-ൽ അക്കാദമി അവാർഡ് നേടിയ ഹെലൻ കെല്ലർ ഇൻ ഹെർ സ്റ്റോറി എന്ന ഡോക്യുമെന്ററിയുടെ വിഷയവും ഹെലന്റെ ജീവിതം ആയിരുന്നു. ഹേർസ്റ്റ് എന്റർടൈൻമെന്റ് നിർമ്മിച്ച ഫേമസ് അമേരിക്കൻസ് സീരീസിന്റെ ഭാഗമായ ദി സ്റ്റോറി ഓഫ് ഹെലൻ കെല്ലറിലും അവൾ മുഖ്യകഥാപാത്രമായി.

ദി മിറക്കിൾ വർക്കർ അവളുടെ ആത്മകഥയായ ദി സ്റ്റോറി ഓഫ് മൈ ലൈഫിൽ നിന്ന് ഉരുത്തിരിഞ്ഞ നാടകീയ സൃഷ്ടികളുടെ

ഒരു ചക്രമാണ്. വിവിധ നാടകങ്ങൾ ഓരോന്നും കെല്ലറും സള്ളിവനും തമ്മിലുള്ള ബന്ധത്തെ വിവരിക്കുന്നു. അതിൽ അധ്യാപിക അവളെ ഏതാണ്ട് വന്യമായ ഒരു അവസ്ഥയിൽ നിന്ന് വിദ്യാഭ്യാസത്തിലേക്കും ആക്ടിവിസത്തിലേക്കും ബൗദ്ധിക സെലിബ്രിറ്റിയിലേക്കും എങ്ങനെ നയിച്ചുവെന്ന് ചിത്രീകരിക്കുന്നു. ഇതിലെ പൊതുവായ ശീർഷകം സള്ളിവനെ 'അത്ഭുത പ്രവർത്തക' എന്ന മാർക്ക് ടെയ്ന്റെ വിശേഷണത്തെ ഉയർത്തിക്കാണിക്കുന്നു.

ദി സ്റ്റോറി ഓഫ് ഹെലൻ കെല്ലർ: എയ്ഞ്ചൽ ഓഫ് ലവ് ആൻഡ് ലൈറ്റ് 1981-ൽ നിർമ്മിച്ചതാണ്.

1984-ൽ കെല്ലറുടെ ജീവിതകഥ ദി മിറക്കിൾ കൺടിന്യൂസ് എന്ന പേരിൽ ഒരു ടിവി സിനിമയാക്കി. ദി മിറാക്കിൾ വർക്കറിന്റെ അർദ്ധ-തുടർച്ചയായ ഈ സിനിമ അവളുടെ കോളേജ് വർഷങ്ങളും അവളുടെ ആദ്യകാല മുതിർന്ന ജീവിതവും വിവരിക്കുന്നു. എന്നിരുന്നാലും ആദ്യകാല സിനിമകളൊന്നും കെല്ലറുടെ പിൽക്കാല ജീവിതത്തിന്റെ മുഖമുദ്രയായി മാറുന്ന സോഷ്യൽ ആക്ടിവിസത്തെക്കുറിച്ച് സൂചന നൽകുന്നില്ല, എന്നാൽ 2000-ൽ നിർമ്മിച്ച ഡിസ്നി പതിപ്പ് അവൾ സാമൂഹിക സമത്വത്തിന്റെ പ്രവർത്തകയായി മാറിയെന്ന് പറയുന്നുണ്ട്.

ബ്ലാക്ക് (2005) എന്ന ബോളിവുഡ് സിനിമ കെല്ലറുടെ കുട്ടിക്കാലം മുതൽ ബിരുദം വരെയുള്ള കാലത്തെ അടിസ്ഥാനമാക്കിയുള്ളതാണ്. ഇതിൽ റാണിമുഖർജിയാണ് ഹെലനായി നടിച്ചത്.

ഷൈനിംഗ് സോൾ: ഹെലൻ കെല്ലറുടെ സ്പിരിച്വൽ ലൈഫ് ആൻഡ് ലെഗസി എന്ന പേരിൽ ഒരു ഡോക്യുമെന്ററി അതേ വർഷം തന്നെ സ്വീഡൻബർഗ് ഫൗണ്ടേഷൻ നിർമ്മിച്ചു. കെല്ലറുടെ ആത്മീയ ജീവിതം എന്ന വിഷയത്തിലാണ് ചിത്രം ഊന്നൽ നൽകുന്നത്

ഇമ്മാനുവൽ സ്വീഡൻബോർഗ് ആത്മീയത അഥവാ ദൈവശാസ്ത്രം കെല്ലറുടെ ജീവിതത്തിൽ വഹിച്ച പങ്ക്, ഒപ്പം അന്ധത, ബധിരത, കഠിനമായ സംസാര വൈകല്യം എന്നീ ട്രിപ്പിൾ വൈകല്യങ്ങൾക്കെതിരെ കെല്ലറുടെ വിജയത്തിന് അത് എന്തുമാത്രം പ്രചോദനമായി എന്നു സ്ഥാപിക്കുന്നു.

2008 മാർച്ച് 6-ന്, ന്യൂ ഇംഗ്ലണ്ട് ഹിസ്റ്റോറിക് ജെനോളജിക്കൽ സൊസൈറ്റി, ഹെലനെയും ആനിനെയും കാണിക്കുന്ന ഒരു അപൂർവ്വമായ 1888-ലെ ഫോട്ടോ ഒരു സ്റ്റാഫ് അംഗം കണ്ടെത്തിയതായി പ്രഖ്യാപിച്ചു. അത് മുൻപ് പ്രസിദ്ധീകരിച്ചെങ്കിലും അധികം

ശ്രദ്ധിക്കപ്പെട്ടിരുന്നില്ല. അതുപോലെ ഹെലൻ കെല്ലർ സംഭാഷണ ശബ്ദങ്ങൾ അനുകരിക്കാൻ പഠിക്കുന്നതായി കാണിക്കുന്ന വീഡിയോ ദൃശ്യങ്ങളും നിലവിലുണ്ട്.

ഹെലൻ കെല്ലറുടെ ജീവിതം പലരും എഴുതിയിട്ടുണ്ടെങ്കിലും ഏറെ ജനപ്രീതി നേടിയത് ജർമ്മൻ ജൂത എഴുത്തുകാരനായ ഹിൽഡെഗാർഡ് ജോഹന്ന കൈസർ എഴുതിയതാണ്.

ഭിന്നശേഷിയുടെ വിജയം എന്ന രീതിയിൽ ഹെലൻ കെല്ലർ എന്ന നാമം ഇന്ത്യയിലും പ്രത്യേകിച്ചു കേരളത്തിലും വളരെ പ്രസിദ്ധമാണ്. അതിന്റെ പ്രതിഫലനം പല തട്ടുകളിലും ഉണ്ടായിട്ടുണ്ട്. ഉദാഹരണത്തിന്, ദി അഡ്വക്കേറ്റ്: ട്രിബ്യൂട്ട് ടു ഹെലൻ കെല്ലർ എന്ന തലക്കെട്ടിലുള്ള 10-7 അടി വലിപ്പത്തിലെ പെയിന്റിംഗ്, ഹെലൻ കെല്ലറിനുള്ള ആദരസൂചകമായി, കേരളത്തിൽ നിന്നുള്ള മൂന്ന് കലാകാരന്മാർ സൃഷ്ടിച്ചതാണ്. ആർട്ട് ഡി ഹോപ്പ് ഫൗണ്ടേഷൻ, കലാകാരന്മാരുടെ ഗ്രൂപ്പായ പാലറ്റ് പീപ്പിൾ, സാക് ബോക്സ് ഡിസൈൻ ആൻഡ് ആർട്ട് സ്റ്റുഡിയോ എന്നിവയുമായി സഹകരിച്ചാണ് ഈ പെയിന്റിംഗ് സൃഷ്ടിച്ചത്. ഇന്ത്യയിലെ അന്ധരായ വിദ്യാർത്ഥികളെ സഹായിക്കുന്നതിനുള്ള ഒരു ധനസമാഹരണ പരിപാടിക്ക് വേണ്ടിയാണ് ഈ പെയിന്റിംഗ് സൃഷ്ടിച്ചത്. 2016-ലെ ഹെലൻ കെല്ലർ ദിനത്തിൽ എം. ജി. രാജമാണിക്യം (എറണാകുളം ജില്ലാ കളക്ടർ) ഇത് ഉദ്ഘാടനം ചെയ്തു. ഹെലൻ കെല്ലറുടെ ജീവിതത്തിലെ പ്രധാന സംഭവങ്ങൾ ചിത്രീകരിക്കുന്ന ഈ ചിത്രം ഹെലൻ കെല്ലറുടെ ജീവിതത്തെ അടിസ്ഥാനമാക്കി വരച്ച ലോകത്തിലെ ഏറ്റവും വലിയ ചിത്രങ്ങളിലൊന്നാണ്.

കോവിഡ് മഹാമാരി താണ്ഡവമാടിയ 2020-ൽ പോലും ഹെലനെ ലോകം ഓർക്കുകയുണ്ടായി. ജോൺ ജിയാൻവിറ്റോയുടെ ഹെർ സോഷ്യലിസ്റ്റ് സ്മൈൽ എന്ന ഡോക്യുമെന്ററി പുറത്തുവന്നത് ഈ സമയത്താണ്. ഇതിൽ 1913-ൽ കെല്ലർ പുരോഗമനപരമായ കാരണങ്ങളെ പ്രതിനിധീകരിച്ച് പ്രേക്ഷകർക്ക് മുമ്പാകെ നടത്തിയ ആദ്യത്തെ പൊതു പ്രസംഗത്തെ ഇതിൽ എടുത്തു കാണിക്കുന്നു.

ധാരാളം പുസ്തകങ്ങളും, സിനിമകളും, നാടകങ്ങളും ഹെലൻ കെല്ലർ എന്ന വ്യക്തിയെ കേന്ദ്ര ബിന്ദുവാക്കി പുറത്തുവന്നിട്ടുണ്ട്. ഇപ്പോഴും പുതിയ പുസ്തകങ്ങൾ രചിക്കപ്പെടുകയും ചെയ്യുന്നു. ഇതിനു കാരണം മറ്റൊന്നുമല്ല, ഒരു വ്യക്തി തീരുമാനിച്ചാൽ യാതൊന്നും അസാധ്യമായി ഇല്ല എന്നു തെളിയിക്കാൻ ഹെലൻ

കെല്ലർക്ക് കഴിഞ്ഞു. അതും സ്വന്തം ജീവിതത്തിലൂടെ. നിസ്സഹായതയിൽ, അവഗണനയിൽ വന്യമായി പ്രതികരിച്ചിരുന്ന ഒരു പെൺകുട്ടിയിൽ നിന്നും ഏറെ പക്വതയോടെ മറ്റുള്ളവരോട് ഇടപെടുന്ന ഒരു പ്രൗഢവനിതയായി ഹെലൻ കെല്ലർ മാറുകയായിരുന്നു.

മാത്രവുമല്ല അവൾ സ്വന്തം ജീവിതം വെറുതേ ജീവിച്ചു തീർക്കുക എന്നതിനപ്പുറം തന്നേക്കാൾ ദുരിതത്തിൽ അകപ്പെട്ടിരിക്കുന്നവരുടെ ക്ഷേമത്തിനു വേണ്ടി നിരന്തരം പോരാടുകയും ചെയ്തു. അതു കൊണ്ടും അവർ അവസാനിപ്പിച്ചില്ല, ഒരു കാലത്തു തന്നെ വാഴ്ത്തിപ്പാടിയ മാധ്യമങ്ങൾ, തൊഴിലാളികൾക്കും, പാവപ്പെട്ടവർക്കും, ദരിദ്രരായ സ്ത്രീകൾക്കും കുട്ടികൾക്കും വേണ്ടി വാദിച്ചു തുടങ്ങിയതോടെ അവരെ ഇകഴ്ത്തുവാൻ ആരംഭിച്ചു. എന്നാൽ ഇമേജിന്റെ ധവള പ്രകാശത്തിൽ മയങ്ങി അവരുടെ മനസ്സ് കാണേണ്ടതു കാണാൻ മടിച്ചില്ല. അവർ നിശ്ശബ്ദയായില്ല. കീഴടങ്ങിയില്ല.

സ്വന്തം ഇമേജിനപ്പുറം ഒരു ലോകമുണ്ടെന്നും അവിടെയുള്ള ജനങ്ങളോടാണ് തന്റെ കടപ്പാട് എന്നും അവർ ജീവിതത്തിലൂടെ ലോകത്തിനു കാട്ടിത്തന്നു. ഹെലൻ കെല്ലർ ഒരു നക്ഷത്രമാണ്. അതിനാൽത്തന്നെ 'ഹെലൻ കെല്ലർ' എന്ന നാമം ഒരിക്കലും വിസ്മൃതിയുടെ നിഴലിൽ ആണ്ടു പോകില്ല. അവരുടെ പ്രാധാന്യം എന്നും നിലനിൽക്കുക തന്നെ ചെയ്യും.